Chín truyện ngắn

Dịch từ nguyên bản tiếng Anh, NINE STORIES, LB Books

J. D. Salinger

Chín truyện ngắn

ANH THƯ dịch

nhã nam
NHÀ XUẤT BẢN
HỘI NHÀ VĂN

Tặng
Dorothy Olding
và
Gus Lobrano

Ta đã biết tiếng vỗ của hai bàn tay.
Thế còn tiếng vỗ của một bàn tay thì ra sao?

— CÔNG ÁN THIỀN

MỤC LỤC

Một ngày hoàn hảo cho cá chuối

Có chín mươi bảy nhân viên quảng cáo New York trong khách sạn, và cứ nom cái lối họ chiếm trọn các đường dây điện thoại đường dài, thì cô gái ở phòng 507 sẽ phải đợi từ chiều cho tới gần hai rưỡi thì mới có thể gọi điện. Được cái cô cũng chẳng vội. Cô đọc một mục trong tờ tạp chí phụ nữ khổ bỏ túi, tên mục đó là "Tình dục mê ly... hoặc hãi hùng". Cô rửa cái lược với chổi sơn móng. Cô tẩy vết bẩn khỏi chiếc váy trong bộ đồ màu be. Cô khâu lại cúc trên chiếc áo cánh hiệu Saks. Cô nhổ hai cái lông mới nhú lên trên nốt ruồi. Khi cuối cùng nhân viên tổng đài cũng đánh chuông điện thoại phòng cô, thì cô đang ngồi bậu cửa sổ và sắp sơn xong mấy chiếc móng bên tay trái.

Cô là kiểu con gái không bao giờ ngừng việc đang dở tay khi chuông điện thoại kêu. Trông cô cứ như thể cái điện thoại của cô đã kêu không ngừng nghỉ kể từ hồi cô vào tuổi dậy thì vậy.

Trong lúc chuông kêu, cô vẫn cầm cái chổi sơn móng con con mà quét một lượt trên móng ngón tay út, nhấn mạnh chổi ở khoảng lưỡi liềm gốc móng. Rồi cô đóng lại nắp lọ sơn móng, đứng dậy, vung vẩy tay trái – tay còn ướt sơn – qua lại trong không khí. Bằng tay phải còn khô cô cầm lên cái gạt tàn đầy ặp ở bậu cửa sổ rồi mang nó tới chỗ kệ đầu giường có chiếc điện thoại. Cô ngồi xuống một chiếc giường đôi đã được dọn phẳng phiu và – lúc đó là hồi chuông thứ năm hay thứ sáu chi đó – cầm ống nghe lên.

"A lô," cô nói, xòe các ngón bên bàn tay trái ra, cách xa khỏi chiếc áo khoác ngoài bằng lụa trắng, là tất cả những gì cô vận trên người lúc này, ngoại trừ đôi dép xỏ – mấy cái nhẫn của cô đang ở trong buồng tắm.

"Tôi sẽ thực hiện cuộc gọi của bà tới New York bây giờ, thưa bà Glass," nhân viên tổng đài nói.

"Cảm ơn," cô gái nói, dọn mặt kệ đầu giường để lấy chỗ đặt cái gạt tàn.

Một giọng nữ vang lên. "Muriel? Con đấy à?"

Cô gái hơi ngả cái ống nghe xa khỏi tai. "Con đây. Mẹ khỏe không?" cô nói.

"Mẹ sốt ruột về con muốn phát điên. Sao con không gọi điện? Con ổn không?"

"Đêm qua với đêm trước con đã cố gọi cho mẹ rồi. Điện thoại ở đây nó..."

"Con ổn chứ, Muriel?"

Cô gái đẩy cái ống nghe ra xa khỏi tai mình hơn. "Con ổn. Nóng thôi. Hôm nay là cái ngày nóng nhất ở Florida kể từ..."

"Tại sao con không gọi mẹ? Mẹ sốt ruột muốn..."

"Mẹ yêu ơi, đừng hét lên với con. Con nghe mẹ rất rõ mà," cô gái nói. "Tối qua con đã gọi cho mẹ hai lần. Một lần ngay sau..."

"Mẹ *bảo* ba con là chắc tối qua con có gọi. Nhưng mà ba con lại cứ... Con ổn không Muriel? Nói thật với mẹ đi."

"Con ổn mà. Làm ơn đừng có hỏi con câu đó nữa."

"Con đến đó bao giờ vậy?"

"Con không biết nữa. Sáng sớm thứ Tư."

"Ai lái xe?"

"Anh ấy lái," cô gái nói. "Mà mẹ đừng căng thẳng nhé. Anh ấy lái rất tử tế. Con bị ngạc nhiên ấy."

"*Nó* lái ư? Muriel, con đã hứa với mẹ là..."

"Mẹ," cô gái ngắt lời, "Con vừa bảo mẹ rồi còn gì. Anh ấy lái *rất* tử tế. Thực tế là cả quãng đường không lúc nào đi quá tám mươi."

"Nó có thử làm trò kia với mấy cái cây không?"

"Con *đã nói* là anh ấy lái rất tử tế mà, mẹ. Làm ơn đi. Con bảo anh ấy đi sát vạch kẻ trắng, thế thôi, anh ấy hiểu ý con, và làm theo. Anh ấy thậm chí còn cố không nhìn mấy cái cây – mẹ cũng hiểu mà. Thế ba đã sửa cái xe chưa?"

"Chưa. Người ta đòi bốn trăm đô, chỉ để..."

"Mẹ ơi, Seymour *đã bảo* ba là anh ấy sẽ trả tiền sửa. Chẳng có lý gì lại..."

"Ừ, để ba mẹ xem. Thế nó hành xử thế nào – lúc đi xe với những lúc khác ấy?"

"Ổn," cô gái nói.

"Nó có gọi con bằng cái từ kinh khủng..."

"Không. Anh ấy có cái khác rồi."

"Cái gì?"

"Ôi, có *khác* gì đâu mẹ ơi?"

"Muriel, mẹ muốn *biết*. Ba con..."

"Được rồi được rồi. Anh ấy gọi con là Hoa khôi Lông bông Tinh thần năm 1948," cô gái nói, khúc khích cười.

"Không buồn cười đâu, Muriel. Không buồn cười tí nào đâu. Rất kinh khủng. *Đáng buồn* thì đúng hơn. Khi mẹ nghĩ đến..."

"Mẹ," cô gái ngắt lời, "nghe con nói này. Mẹ còn nhớ quyển sách anh ấy gửi từ Đức cho con không? Mấy bài thơ tiếng Đức ấy. Con đã *làm* gì với nó nhỉ? Con đã vắt óc..."

"Vẫn còn đấy."

"Mẹ có *chắc* không?" cô gái nói.

"Chắc chắn. Mẹ đang giữ đây. Nó ở phòng Freddy. Con vứt nó ở đó, mà mẹ lại không còn chỗ để cất nó trong... Mà sao vậy? Nó muốn lấy cuốn sách à?"

"Không. Tự nhiên anh ấy *hỏi* con về cuốn sách lúc đi xe. Anh ấy hỏi con đã đọc nó chưa."

"Sách viết bằng tiếng Đức mà!"

"Vâng. Thì cũng có khác gì đâu," cô gái nói, bắt tréo chân. "Anh ấy nói những bài thơ trong đấy được viết bởi *nhà thơ vĩ đại duy nhất của thế kỷ này*. Anh ấy bảo con đáng lý nên mua một bản dịch. Hoặc *học thứ tiếng ấy* mới ghê chứ."

"Kinh khủng. Kinh khủng. Thực ra, thế là *đáng buồn* lắm đấy. Tối qua ba con bảo..."

"Từ từ đã mẹ," cô gái nói. Cô đi tới bậu cửa sổ để lấy mấy điếu thuốc, rồi châm một điếu và quay lại ngồi trên giường. "Mẹ?" cô nói, phả khói.

"Muriel. Nghe mẹ này."

"Con đang nghe đây."

"Ba con đã nói chuyện với bác sĩ Sivetski."

"Ờ?" cô gái nói.

"Ông ấy đã kể *hết* rồi. Ít nhất là ông ấy bảo như vậy – con biết ba con rồi đấy. Mấy cái cây. Chuyện với cái cửa sổ. Những lời kinh khủng nó nói với bà con về những kế hoạch bà chuẩn bị cho lúc mất. Việc nó làm với những tấm hình đẹp như thế từ Bermuda – *tất* cả."

"Thì?" cô gái nói.

"Trước hết, ông ấy bảo đấy đích thực là một *tội ác* hoàn hảo khi quân đội cho nó ra viện – mẹ thề danh dự đấy. Ông ấy đã nói với ba con rất *dứt khoát* rằng có khả năng – khả năng rất *cao*, ông ấy bảo thế – là Seymour sẽ *hoàn* toàn mất kiểm soát. Mẹ thề danh dự đấy."

"Ở khách sạn con cũng có một ông bác sĩ tâm thần," cô gái nói.

"*Ai đấy*? Tên là gì?"

"Con không biết. Rieser hay gì đó. Hình như ông ấy giỏi lắm."

"Chưa từng nghe tên ấy."

"Nói chung là ông ấy hình như giỏi lắm."

"Muriel, đừng có tưng tửng vậy nữa. Ba mẹ *rất* lo lắng cho con. Thực ra *tối qua* ba con muốn đánh điện bắt con về nhà đấy."

"Hiện con chưa về đâu mẹ ạ. Cứ thoải mái đi."

"Muriel. Mẹ thề danh dự đấy. Bác sĩ Sivetski bảo Seymour có thể *hoàn* toàn mất kiểm..."

"Con vừa *tới* đây mà mẹ. Bao nhiêu năm rồi con mới được đi nghỉ thế này, con sẽ không *gói ghém* đồ đạc rồi về nhà đâu," cô gái nói. "Mà giờ con cũng không đi đâu được. Con bị cháy nắng quá, không nhúc nhích gì được."

"Con bị cháy nắng à? Con không dùng lọ Bronze mẹ nhét trong túi con à? Mẹ để ở..."

"Con dùng rồi. Vẫn cháy nắng thôi."

"Thật kinh khủng. Thế bị cháy nắng chỗ nào?"

"Khắp người mẹ à, khắp người."

"Kinh khủng quá."

"Không chết được đâu."

"Nói mẹ nghe, con đã nói chuyện với ông bác sĩ tâm thần kia chưa?"

"Ờ, cũng gọi là có," cô gái nói.

"Thế ông ấy nói gì? Lúc con nói chuyện với ông ấy thì Seymour ở đâu?"

"Trong phòng Đại Dương, đang chơi dương cầm. Anh ấy chơi dương cầm cả hai đêm bọn con ở đây."

"Thế ông ấy nói gì?"

"Ờ, cũng không nhiều lắm. Ông ấy bắt chuyện với con trước. Tối qua con ngồi cạnh ông ấy ở bàn chơi bingo, ông ấy hỏi con có phải chồng con đang chơi dương cầm ở phòng bên hay không. Con bảo đúng thế, thế là ông ấy hỏi con có phải Seymour bị ốm hoặc sao đó. Nên con bảo..."

"Tại sao ông ấy hỏi vậy?"

"*Con* biết sao được, mẹ? Chắc là tại da anh ấy tái quá," cô gái nói. "Dẫu sao sau ván bingo thì vợ chồng ông ấy rủ con đi uống cùng. Con đồng ý. Bà vợ thật kinh khủng. Mẹ có nhớ cái váy tiệc tối xấu đui mù mình nhìn thấy trong hiệu Bonwit không? Cái váy mẹ bảo là mẹ phải có một cái..."

"Cái màu lục ấy hả?"

"Bả mặc cái đó. Toàn hông là hông. Bà ta cứ hỏi con xem Seymour có họ hàng gì với cái cô Suzanne Glass có cái cửa hàng ở đại lộ Madison ấy – cửa hàng mũ cho nữ."

"Thế ông ấy nói gì? Ông bác sĩ ấy."

"Ờ. Thì cũng chẳng có gì nhiều. Ý là con với họ ngồi ở quầy rượu, thế thôi. Ồn ào kinh khủng."

"Ừ, nhưng mà... con có kể ông ấy cái việc nó định làm với cái ghế của bà chưa?"

"*Không*, mẹ à. Con không đi vào chi tiết đâu," cô gái nói. "Chắc con sẽ tìm dịp nói chuyện lại với ông ấy. Ông ấy ngồi ở quầy rượu *suốt* cả ngày."

"Ông ấy có nói là chồng con có khả năng trở nên – ý mẹ là – khang khác hoặc sao đó không? Sẽ làm gì đó với con ấy!"

"Không hẳn," cô gái nói. "Ông ấy phải có nhiều thông tin hơn, mẹ ơi. Người ta phải biết về tuổi thơ mình – tất tật mấy thứ ấy. Con bảo mẹ rồi, bọn con có nói được mấy đâu, ở đó ồn kinh."

"Ừ. Thế cái áo khoác xanh của con thế nào rồi?"

"Ổn cả. Con đã tháo vài miếng lót ra rồi."

"Quần áo năm nay thế nào?"

"Kinh khủng. Nhưng ấn tượng lắm. Chỗ nào cũng thấy kim sa," cô gái nói.

"Phòng con thế *nào*?"

"Ổn cả. *Tạm* ổn thì đúng hơn. Bọn con không lấy được cái phòng đã ở hồi trước chiến tranh," cô gái nói. "Năm nay mấy người đến đây thật phát gớm. Mẹ phải thấy mấy người ngồi cạnh bọn con trong phòng ăn. Ở bàn bên cạnh ấy. Nom như họ lái xe tải tới đây vậy."

"Ừ, dạo này ở đâu cũng vậy cả. Đôi giày ba lê của con thế nào?"

"Dài quá. Con đã *bảo* mẹ là nó dài quá mà."

"Muriel, mẹ hỏi con một lần nữa thôi – con thực sự ổn chứ?"

"Vâng mẹ à," cô gái nói. "Lần thứ chín mươi rồi đấy."

"Con không muốn về nhà à?"

"*Không*, mẹ à."

"Tối qua ba con bảo là ông ấy sẵn lòng trả tiền nếu con đi đâu đó một mình mà nghĩ cho thông. Con đi chơi tàu biển cũng được. Ba mẹ đều nghĩ..."

"Không, cảm ơn mẹ," cô gái nói, thôi vắt tréo chân. "Mẹ à, gọi điện thế này tốn lắm..."

"Cứ nghĩ đến chuyện con đã đợi nó *suốt* cuộc chiến... ý mẹ là cứ nghĩ đến tất cả những cô vợ mất trí..."

"Mẹ," cô gái nói, "mình cúp máy thôi. Seymour sắp về rồi."

"Nó ở đâu?"

"Trên bãi biển."

"Trên bãi biển? Một mình à? Nó có cư xử bình thường trên bãi biển không?"

"Mẹ à," cô gái nói, "mẹ nói về anh ấy như thể anh ấy lên cơn khùng *điên* vậy..."

"Mẹ không có nói như thế, Muriel."

"Ờ, *nghe* có ý đấy thôi. Ý con là anh ấy chỉ nằm ở đó thôi. Anh ấy còn không cởi áo choàng tắm."

"Nó không cởi áo choàng tắm à? Tại sao?"

"*Con* không biết. Chắc tại anh ấy tái quá."

"Trời ơi, nó *cần* mặt trời lắm. Con không bắt nó cởi áo được à?"

"Mẹ biết Seymour rồi đấy," cô gái nói, lại bắt tréo chân. "Anh ấy bảo anh ấy không muốn một lũ thộn nhìn chằm chằm vào hình xăm của anh ấy."

"Nó có hình xăm nào đâu! Nó xăm trong quân đội à?"

"Không mẹ à. Không đâu," cô gái nói, rồi đứng dậy. "Mẹ này, mai con gọi lại cho mẹ nhé."

"Muriel. Nghe mẹ đã."

"Vâng mẹ," cô gái nói, chuyển trọng tâm sang chân phải.

"Gọi cho mẹ *ngay khi* nó làm hay *nói* cái gì buồn cười nhé... con hiểu mẹ muốn nói gì mà. Con nghe chưa?"

"Mẹ à, con không có sợ Seymour đâu."

"Muriel, mẹ muốn con hứa với mẹ."

"Rồi rồi, con hứa. Tạm biệt mẹ," cô gái nói. "Nhắn con yêu bố nhé." Cô cúp máy.

"Thấy thủy tinh nữa[1]," Sybil Carpenter nói. Con bé đang trú tại khách sạn cùng với mẹ nó. "Mẹ có thấy thủy tinh nữa không?"

"Con bé này, đừng có nói thế nữa. Mẹ nghe muốn phát rồ ấy. Ngồi im nào."

---

1. Nguyên bản là "see more glass". Câu này của Sybil có phát âm tương đồng với Seymour Glass. Chữ "glass" trong câu là thủy tinh, nhưng cũng trùng với họ của nhân vật Seymour.

Bà Carpenter đang bôi dầu chống nắng lên vai Sybil, thoa dầu xuôi xuống đôi xương vai mảnh dẻ như đôi cánh trên lưng con bé. Sybil đang ngồi bập bênh trên một quả bóng bơm hơi rất to, mặt xây ra biển. Nó mặc một bộ đồ bơi hai mảnh màu vàng hoàng yến, trong đó có một mảnh không cần lắm trong chừng chín hoặc mười năm nữa.

"Thực sự chỉ là một cái khăn tay lụa bình thường thôi, cứ đến gần là sẽ thấy," người phụ nữ ngồi trên ghế bên cạnh ghế bà Carpenter nói. "Giá tôi biết cô ấy buộc nó thế nào. Thật là đáng yêu."

"Đáng yêu thực," bà Carpenter đồng tình. "Sybil, *ngồi im*, mèo con."

"Mẹ có thấy thủy tinh nữa không?" Sybil nói.

Bà Carpenter thở dài. "Được rồi," bà nói. Bà đóng lại nắp lọ dầu chống nắng. "Chạy chơi đi con. Mẹ sẽ về khách sạn làm một ly Martini với bác Hubbel. Mẹ sẽ để phần con quả ô liu."

Được thả ra, Sybil tức khắc chạy xuống khoảnh bãi biển bằng phẳng và bắt đầu đi bộ về hướng Ngư Đình. Chỉ dừng lại để sục một chân vào một lâu đài cát sũng nước đã sập, con bé chẳng mấy chốc đã ra khỏi khu vực bãi tắm riêng của khách sạn.

Con bé đi bộ chừng bốn trăm mét nữa, rồi đột ngột đâm bổ chạy xiên ngược lên bãi cát. Nó dừng khựng lại khi tới được chỗ có một thanh niên đang nằm ngửa.

"Anh có xuống nước không, thấy thủy tinh nữa?" con bé nói.

Người kia giật mình, bàn tay phải rờ xuống ve chiếc áo choàng vải bông. Anh ta trở mình úp bụng xuống, khiến chiếc khăn tắm cuộn tròn lại rơi khỏi mắt, và anh nheo mắt nghếch nhìn Sybil.

"Ê. Chào em Sybil."

"Anh có xuống nước không?"

"Anh đang đợi *em* đấy," thanh niên nói. "Có gì mới không?"

"Cái gì cơ?" Sybil nói.

"Có gì mới không ấy? Chương trình ấy?"

"Ngày mai ba em đi mái bai tới," Sybil nói, lấy chân đá cát.

"Vào mặt anh bây giờ, nhóc," người thanh niên nói, đặt tay lên mắt cá chân Sybil. "Chà, cũng đến lúc ba em tới đây rồi. Anh chờ ông ấy hàng giờ. Hàng giờ ấy."

"Thế vợ anh đâu?" Sybil hỏi.

"Vợ anh hả?" Anh thanh niên phủi cát khỏi mái tóc mỏng. "Khó biết lắm, Sybil ơi. Cô ấy có thể đang ở đâu đó trong cả nghìn chỗ. Ở chỗ thợ làm tóc này. Để nhuộm tóc sang màu lông chồn. Hoặc làm búp bê cho trẻ em nghèo trong phòng cô ấy." Đang nằm úp, giờ anh nắm hai bàn tay lại thành quả đấm, đặt chồng lên nhau, rồi tựa cằm lên. "Hỏi anh cái khác đi, Sybil," anh nói. "Em có bộ đồ tắm đẹp thật đó. Nếu anh có thích cái gì, thì đấy phải là một bộ đồ tắm màu lam."

Sybil nhìn anh chằm chằm, rồi nhìn xuống cái bụng phưỡn ra của mình. "Đây là màu *vàng* mà," nó nói. "Đây là màu *vàng*."

"Thật à? Lại gần đây xem nào."

Sybil tiến lại một bước.

"Em nói đúng chóc. Anh đúng là ngớ ngẩn."

"Anh có xuống nước không?" Sybil nói.

"Anh đang nghiêm túc cân nhắc. Anh nghĩ cái đó lung lắm, Sybil ơi, biết vậy chắc em vui."

Sybil chọc vào cái phao cao su mà anh thanh niên thỉnh thoảng dùng làm chỗ gối đầu. "Cần bơm thêm *hơi*," nó nói.

"Em nói đúng. Cần thêm nhiều hơi hơn là anh nghĩ." Anh rụt tay lại, để cằm tựa xuống cát. "Sybil," anh nói, "trông em xinh lắm. Gặp em thế này tốt quá. Kể anh nghe về em đi." Anh với tay ra trước, chộp lấy cả hai mắt cá chân Sybil. "Anh thuộc cung Ma Kết," anh nói. "Còn em?"

"Sharon Lipschutz bảo anh cho nó ngồi chung ghế chơi đàn với anh," Sybil nói.

"Sharon Lipschutz bảo thế à?"

Sybil gật đầu lia lịa.

Anh buông mắt cá chân con bé, rụt tay lại, rồi ngoảnh mặt tựa lên cẳng tay phải. "Chà," anh nói, "em biết mấy chuyện như thế xảy ra thế nào mà, Sybil. Anh đang ngồi chơi đàn. Em thì chẳng thấy đâu. Còn Sharon Lipschutz tới ngồi xuống cạnh anh. Anh không thể đẩy bạn ấy ra được, đúng không?"

"Không."

"Đâu, đúng chứ. Đúng. Anh không thể làm thế," anh nói. "Cơ mà anh sẽ kể em nghe anh đã làm gì."

"Làm gì?"

"Anh giả vờ bạn ấy là em."

Sybil tức thì cúi rạp và bắt đầu đào trên cát. "Mình xuống nước đi," nó nói.

"Được thôi," anh nói. "Anh nghĩ mình thu xếp được."

"Lần sau thì đẩy nó ra nhé," Sybil nói.

"Đẩy ai cơ?"

"Sharon Lipschutz."

"À, Sharon Lipschutz," anh nói. "Cái tên lạ lùng thay. Trộn lẫn ký ức và dục vọng." Anh thình lình đứng dậy. Anh nhìn biển. "Sybil," anh nói, "để anh chỉ em chúng mình sẽ làm gì. Chúng mình sẽ tìm cá chuối xem có bắt được con nào không."

"Con gì cơ?"

"Cá chuối," anh nói, rồi gỡ đai lưng chiếc áo choàng. Anh cởi nó ra. Đôi vai anh trắng và hẹp, cái quần bơi của anh có màu lam đậm. Anh gấp cái áo lại, đầu tiên theo chiều dọc, rồi gập ba. Anh mở cái khăn tắm mà lúc nãy vắt lên trên mắt, rồi trải nó xuống cát, và đặt cái áo choàng tắm đã gấp lại lên trên. Anh cúi xuống, nhặt phao lên, kẹp chắc nó dưới tay phải. Tay trái anh nắm tay Sybil.

Hai người bắt đầu đi bộ xuống biển.

"Anh tưởng hồi nhỏ em đã thấy vài con cá chuối rồi," anh nói.

Sybil lắc đầu.

"Chưa à? Mà em *sống* ở đâu vậy?"

"Em không biết nữa," Sybil nói.

"Sao lại không biết. Em phải biết chứ. Sharon Lipschutz biết *bạn ấy* sống ở đâu, mà *bạn ấy* mới có *ba tuổi rưỡi*."

Sybil đứng lại, giằng tay khỏi tay anh. Nó nhặt một cái vỏ sò rồi nhìn chăm chú. Nó ném vỏ sò đi. "Whirly Wood, Connecticut," nó nói, rồi lại đi tiếp, bụng phưỡn ra.

"Whirly Wood, Connecticut à," anh nói. "Chỗ đó có gần Whirly Wood, Connecticut không?"

Sybil nhìn anh. "Em *sống* ở đó mà," nó nói, vẻ mất kiên nhẫn. "Em *sống* ở Whirly Wood, Connecticut." Nó chạy trước anh vài bước, tay trái chộp lấy chân trái, rồi nhảy lò cò hai ba cái.

"Em không biết cái đó làm mọi thứ sáng tỏ nhường nào đâu," anh thanh niên nói.

Sybil buông chân ra. "Anh đã đọc 'Sambo đen bé nhỏ' chưa?" nó hỏi.

"Em hỏi câu đó làm anh buồn cười quá," anh nói. "Tình cờ sao anh vừa đọc xong nó tối qua." Anh ngả người xuống cầm tay Sybil. "Em thấy cuốn đó thế nào?" anh hỏi con bé.

"Bầy hổ có chạy quanh cái cây không?"

"Anh nghĩ chúng chẳng bao giờ dừng lại. Anh chưa bao giờ nhìn thấy nhiều hổ như thế."

"Chỉ có sáu con thôi mà," Sybil nói.

"*Chỉ có* sáu!" anh nói. "Thế mà em gọi là *chỉ có* ấy hả?"

"Anh có thích sáp không?" Sybil hỏi.

"Anh thích gì cơ?" anh hỏi lại.

"Sáp."

"Rất thích. Em không thích à?"

Sybil gật đầu. "Anh có thích ô liu không?" nó hỏi.

"Ô liu à – có chứ. Ô liu và sáp. Anh đi đâu cũng phải có hai cái đó."

"Anh có thích Sharon Lipschutz không?" Sybil hỏi.

"Có. Có, anh có thích," anh nói. "Thứ anh *đặc* biệt thích ở bạn ấy là bạn ấy không bao giờ làm gì xấu xí với mấy con chó nhỏ ở sảnh khách sạn. Thí dụ như con chó bull nhỏ của cái bà đến từ Canada ấy. Chắc em không tin đâu, nhưng *có những đứa* con gái thích lấy cán bóng bay chọc con chó nhỏ đấy. Sharon thì không. Bạn ấy không bao giờ tỏ ra ác hay xấu tính. Thế nên anh mới quý bạn ấy vậy."

Sybil im lặng.

"Em thích nhai nến[1]," rốt cuộc nó nói.

"Ai mà không thích cơ chứ?" anh nói, dầm ướt chân.

1. Nguyên bản là "candle", có lẽ Sybil muốn nói "candy" (kẹo).

"Ôi chao là lạnh." Anh thả cái phao bơi xuống. "Không, đợi đã Sybil. Để ta ra xa thêm tí đã."

Họ lội cho đến khi nước ngập tới eo Sybil. Thế là anh thanh niên bế nó lên, rồi đặt nó nằm úp trên cái phao.

"Em không bao giờ đội mũ tắm à?" anh hỏi.

"Đừng buông ra," Sybil ra lệnh. "Anh phải giữ em đấy."

"Cô Carpenter ơi. Làm ơn đi. Anh biết việc của mình mà," anh nói. "Em cứ để mắt xem có con cá chuối nào không. Hôm nay là một ngày *hoàn hảo* cho cá chuối."

"Em chẳng thấy con nào cả," Sybil nói.

"Cũng dễ hiểu thôi. Tập tính của chúng đặc biệt lắm. *Rất* đặc biệt." Anh vẫn đẩy cái phao đi. Nước vẫn chưa dâng đến ngực anh. "Cuộc đời chúng rất bi thảm," anh nói. "Em biết chúng làm gì không, Sybil?"

Nó lắc đầu.

"Ờ, chúng bơi vào một cái hố ở đó có rất nhiều chuối. Lúc bơi *vào* thì chúng trông chỉ như cá bình thường thôi. Nhưng đã vào rồi thì chúng hành xử như bầy lợn vậy. Ôi chao, anh từng biết có những con cá bơi vào một cái hố chuối và ăn tận bảy mươi tám quả." Anh thúc cái phao và con bé trên đó tới gần chân trời thêm chừng một mét. "Tất nhiên, sau đó chúng béo ú ra, không thể chui ra khỏi cái hố được nữa. Không qua lọt lối vào nữa."

"Đừng ra xa quá," Sybil nói. "Thế chuyện gì xảy ra với chúng?"

"Xảy ra với ai cơ?"

"Cá chuối ấy."

"À, ý em là sau khi chúng ăn quá nhiều chuối và không thể thoát ra khỏi hố chuối ấy hả?"

"Ừ," Sybil nói.

"Anh không thích kể với em chút nào, Sybil ạ. Chúng chết."

"Tại sao?" Sybil hỏi.

"Thì, chúng bị sốt chuối. Bệnh đấy ghê lắm."

"Có *sóng* đến này," Sybil bồn chồn nói.

"Lờ nó đi thôi. Đừng đếm xỉa gì đến nó," anh thanh niên nói. "Hai ta cao thế này mà." Anh chộp lấy mắt cá chân Sybil, trì xuống và đẩy tới. Cái phao cưỡi lên ngọn sóng. Nước dâng ướt đẫm mớ tóc vàng của Sybil, nhưng nghe trong tiếng kêu thì có nhiều khoái chí lắm.

Lúc phao lấy lại thăng bằng, con bé dùng tay gạt một lọn tóc dẹt ướt khỏi mắt, rồi bảo, "Em vừa thấy một con."

"Thấy gì cơ, cưng?"

"Một con cá chuối."

"Chúa ơi, không thể nào!" anh nói. "Nó có quả chuối nào trong miệng không?"

"Có," Sybil nói. "Sáu quả liền."

Anh thanh niên thình lình nâng lên một bàn chân ướt của Sybil, lúc đó đang buông thõng ở cuối phao, rồi hôn lên vòm bàn chân ấy.

"Này!" chủ nhân bàn chân nói, quay mình lại.

"Này cái gì! Chúng mình quay về thôi. Em chơi đủ chưa?"

"Không đâu!"

"Xin lỗi nhé," anh nói, rồi đẩy cái phao về bờ cho đến khi Sybil nhảy xuống. Anh mang theo cái phao đi nốt quãng đường.

"Tạm biệt," Sybil nói, rồi chạy về hướng khách sạn, không chút tiếc nuối.

Người đàn ông trẻ mặc lên người chiếc áo choàng, khép chặt ve áo, nhét cái khăn tắm vào túi áo. Anh nhặt lên chiếc phao cồng kềnh ướt nhẹp, kẹp nó dưới tay. Anh đi một mình qua bãi cát mềm và nóng, thẳng hướng khách sạn.

Ở tầng hầm khách sạn, qua lối mà người tắm biển sử dụng theo yêu cầu của quản lý, một phụ nữ mũi bôi thuốc kẽm bước vào thang máy với anh thanh niên.

"Tôi thấy cô đang nhìn bàn chân tôi," anh nói với cô khi buồng thang máy bắt đầu chuyển động.

"Anh bảo gì cơ?" người phụ nữ nói.

"Tôi nói tôi thấy cô đang nhìn bàn chân tôi."

"*Xin* lỗi anh nhé. Tôi tình cờ nhìn xuống sàn thôi," người phụ nữ nói, mặt ngoảnh ra cửa.

"Nếu cô muốn nhìn chân tôi thì cứ nói," anh thanh niên nói. "Nhưng đừng có làm cái kiểu lén lút chết tiệt ấy."

"Làm ơn cho tôi ra khỏi đây," người phụ nữ nói mau với cô gái vận hành thang.

Cửa thang máy mở, người phụ nữ bỏ đi không hề ngoái lại.

"Tôi có hai bàn chân bình thường, tôi chẳng thấy vì lý do đếch gì mà ai cũng cứ nhìn chân tôi chằm chằm vậy," anh ta nói. "Cho lên tầng năm." Anh lấy chìa khóa phòng ra khỏi túi áo choàng.

Anh rời thang ở tầng năm, đi bộ dọc hành lang rồi vào phòng 507. Căn phòng tỏa mùi hành lý da dê mới và mùi thuốc tẩy móng.

Anh liếc nhìn cô gái nằm ngủ trên một trong hai chiếc giường đơn. Rồi anh đi tới chỗ một cái va li, mở nó ra, bên dưới một chồng quần đùi áo lót, anh lấy ra một khẩu Ortgies tự động cỡ 7,65 li. Anh tháo băng đạn, nhìn nó, rồi nhét lại. Anh lên đạn. Rồi anh tới ngồi ở chỗ cái giường đơn còn lại, nhìn cô gái, nhắm khẩu súng rồi bắn một viên đạn xuyên qua thái dương bên phải của mình.

Chú Wiggily ở Connecticut

Phải đến gần ba giờ, Mary Jane mới tìm được nhà Eloise. Cô giải thích với Eloise – người đã ra ngoài lối vào nhà để đón mình, rằng mọi chuyện đã diễn ra tuyệt đối *hoàn hảo*, cô nhớ *chính xác* đường cho đến khi ra khỏi đại lộ Merrick. Eloise bảo, "Đại lộ *Merrit*, cưng à," rồi nhắc Mary Jane rằng cô ấy đã tìm ra căn nhà hai lần trước đó rồi nhưng Mary Jane chỉ chăm chăm than vãn gì đó không rõ, hình như về hộp khăn giấy Kleenex, rồi chạy bổ về phía cái xe bỏ mui. Eloise dựng cổ áo khoác lông lạc đà lên, quay lưng về hướng gió và chờ đợi. Mary Jane quay lại ngay, cầm một tờ khăn giấy Kleenex, trông vẫn có vẻ khó chịu, thậm chí cáu kỉnh. Eloise hào hứng kể rằng cả bữa trưa chết tiệt bị cháy mất rồi – bánh ngọt, tất tật mọi thứ – nhưng Mary Jane kêu đã ăn trên đường rồi. Khi cả hai đi bộ về phía căn nhà, Eloise hỏi Mary Jane có chuyện gì mà cô ấy lại được nghỉ như vậy. Mary Jane bảo cô không được nghỉ *cả* ngày; chỉ là ông Weyinburg bị thoát vị, ông đang ở nhà ở Larchmont, thế nên cô ấy phải mang thư đến cho ông và lấy vài bức thư mỗi chiều. Cô hỏi Eloise: "Chính xác thì thoát vị *là* gì vậy?" Eloise thả điếu xì gà xuống nền tuyết bẩn dưới chân, bảo cô chẳng biết *rõ*, nhưng Mary Jane không cần lo lắng bị mắc chứng ấy đâu. Mary Jane kêu lên: "Ồ," rồi cả hai bước vào nhà.

Hai mươi phút sau, họ uống hết ly highball đầu tiên ở phòng khách và nói chuyện theo một kiểu lạ lùng, chắc chỉ diễn ra giữa những người bạn cùng phòng thuở sinh viên. Thậm chí mối liên kết giữa họ còn mạnh hơn nhiều; cả hai đều chưa tốt nghiệp. Eloise bỏ học vào giữa năm hai, năm 1942, một tuần sau khi cô bị bắt gặp cùng một gã quân nhân trong thang máy đóng kín ở tầng ba ký túc xá. Mary Jane cũng rời trường – cùng năm, cùng lớp, thậm chí gần như cùng tháng – để cưới một chàng học viên trường sĩ quan không quân đóng ở Jacksonville, Florida, một cậu trai mảnh khảnh, mê hàng không đến từ Dill, Mississippi. Cưới Mary Jane được ba tháng thì cậu đã dành hai tháng trong đó để ở tù vì đâm một nghị sĩ.

"Không," Eloise nói. "Rõ ràng là màu *đỏ*." Cô duỗi dài trên đi văng, đôi chân gày nhưng xinh bắt tréo chỗ mắt cá.

"Tớ nghe bảo là màu vàng cơ," Mary Jane nhắc lại. Cô đang ngồi trên một cái ghế tựa màu lam. "Nó thề lên thề xuống là màu vàng mà."

"Không đâu. Chắc chắn." Eloise ngáp. "Tớ hầu như ở *kế bên* khi cô ả nhuộm tóc mà. Thế thì sao? Không có điếu thuốc nào ở đây à?"

"Được rồi. Tớ có cả gói đây này," Mary Jane nói. "Ở đâu đó thôi." Cô lục túi xách.

"Cái con hầu ngốc nghếch đó," Eloise nói mà không nhúc nhích khỏi ghế. "Tớ thả hai hộp mới toanh ngay trước mặt nó khoảng một tiếng trước rồi. Nó sẽ xuất hiện bất cứ lúc nào để hỏi xem phải làm gì với chúng bây giờ. Tớ đang nói đến chỗ chết giẫm nào ấy nhỉ?"

"Thieringer," Mary Jane nhắc, tự châm một điếu thuốc.

"Ô, phải. Tớ nhớ ra rồi. Cô ả nhuộm tóc vào cái *tối* ngay trước hôm cưới Frank Henke. Cậu nhớ cái gã đó không?"

"Hơi hơi. Lão binh nhì nhỏ thó á? Kém hấp dẫn kinh khủng ấy hả?"

"Kém hấp dẫn. Chúa ơi! Gã ta trông như một Bela Lugosi nhếch nhác ấy."

Mary Jane ngặt đầu ra sau và cười phá lên: "Tuyệt diệu," cô nói rồi trở lại tư thế uống.

"Đưa tớ cốc của cậu," Eloise nói, vung đôi chân đi tất dài xuống sàn và đứng dậy. "Nói thật nhé, thật *ngớ ngẩn*. Tớ làm đủ mọi thứ, còn mỗi việc bảo Lew làm tình với cậu ấy là chưa thôi, để cậu ấy đi với bọn mình. Giờ tớ thấy tiếc vì tớ... mà cậu kiếm cái kia ở đâu ra vậy?"

"*Cái này á?*" Mary Jane nói, chạm vào cái mặt đá đeo ở cổ. "Ơ hay, tớ có từ hồi đi học rồi á. Của mẹ tớ đấy."

"Chúa ơi," Eloise thốt lên, tay cầm hai chiếc cốc rỗng. "Tớ còn chả có cái đếch gì để đeo ấy. Nếu mẹ Lew mà chết – ha, ha – chắc bả sẽ để cho tớ vài cái dùi phá băng có khắc chữ hay mấy thứ đại loại."

"Cơ mà dạo này cậu làm thế nào mà hòa thuận với bà ấy?"

"Nào, đừng có linh tinh," Eloise vừa nói vừa đi vào bếp.

"Đây chắc chắn là ly cuối cùng của tớ đấy nhé!" Mary Jane nói với theo.

"Còn khướt ấy. *Ai* gọi *ai* nào? Ai đã đến muộn hai tiếng? Cậu sẽ phải ở tịt đây cho đến khi tớ phát ốm lên với cậu mới thôi. Quỷ tha ma bắt cái công việc quái gở của cậu đi."

Mary Jane ngật đầu ra sau và lại cười phá lên, nhưng Eloise đã đi hẳn vào trong bếp.

Còn trơ lại một mình trong phòng, Mary Jane đứng dậy và đi về phía cửa sổ. Cô kéo rèm sang một bên, tựa cổ tay lên một trong những thanh ngang giữa các ô kính, nhưng cảm thấy có cát, cô rút tay đi, chùi sạch bằng tay kia, rồi đứng thẳng lên. Ngoài kia, lớp bùn loãng bẩn thỉu đang đóng băng lại thấy rõ. Mary Jane buông tấm rèm, quay lại cái ghế xanh, đi qua hai cái giá sách chất kín mà không liếc qua bất cứ tựa sách nào. Ngồi xuống, cô mở cái túi xách, lấy ra cái gương để soi hàm răng. Cô mím môi, đảo lưỡi qua răng cửa trên, rồi soi lại.

"Ngoài trời đang *buốt* quá," cô thốt lên rồi quay lại. "Chúa ơi, nhanh thật. Cậu không cho thêm soda vào đó à?"

Eloise, mỗi tay cầm một ly đồ uống mới, khựng lại. Cô duỗi cả hai ngón trỏ làm dấu súng và nói: "Cấm nhúc nhích. Toàn bộ chỗ này đã bị bao vây."

Mary Jane bật cười và cất gương đi.

Eloise cầm đồ uống đi tới. Cô đặt cốc của Mary Jane chông chênh trên miếng lót còn cốc của mình thì giữ trên tay. Cô lại duỗi người trên đi văng. "Cậu biết nó đang làm gì trong ấy không?" cô nói. "Nó đang ngồi lên cái bàn tọa đen to mà đọc 'Áo choàng'. Tớ thả rơi khay đá lúc lấy đá ra. Nó còn ngước lên ra vẻ khó chịu nữa chứ."

"Đây là ly cuối cùng. Tớ nói thật đấy," Mary Jane nói, cầm lấy cốc rượu. "Ồ, này! Cậu biết tuần trước tớ thấy ai không? Ở tầng trệt cửa hàng Lord & Taylor ấy?"

"Ừm..." Eloise nói, chỉnh cái gối dưới đầu. "Akim Tamiroff."

"*Ai* cơ?" Mary Jane nói. "Đấy là ai?"

"Akim Tamiroff. Cái anh hay đóng phim ấy. Anh chàng luôn nói '*Cậu pha chò nhạc toẹc* – ha?' Tớ mê anh ấy lắm... Tớ không thể chịu được bất cứ cái gối chết tiệt nào trong nhà này. Thế cậu đã thấy ai vậy?"

"Jackson. Cậu ấy..."

"Jackson nào cơ?"

"Tớ chả biết. Cái đứa trong lớp Tâm lý, mà luôn..."

"Cả hai đều cùng lớp Tâm lý mà."

"Ồ, cái đứa cực kỳ là..."

"Marcia Louise. Tớ tình cờ gặp cậu ấy một lần. Cậu ấy nói đến lủng tai cậu à?"

"Giời ạ, đúng là thế. Nhưng cậu biết cậu ta nói gì với tớ không? Tiến sĩ Whiting chết rồi. Cậu ta bảo nhận được thư từ Barbara Hill, bảo Whiting phát hiện ung thư vào hè năm ngoái, rồi chết, thế đấy. Bà ấy còn chưa được ba mươi cân. Lúc chết ấy. Kinh khủng không?"

"Không."

"Eloise, cậu càng ngày càng chai sạn đấy."

"Ừm. Thế cậu ta còn nói gì nữa?"

"Ồ, cậu ấy vừa từ châu Âu về. Chồng cậu ấy đóng quân ở Đức hay gì đó, cậu ấy ở cùng chồng. Họ có một căn nhà bốn bảy phòng, chỉ ở chung với một cặp đôi khác thôi, và khoảng mười người hầu. Con ngựa của cậu ấy và người giữ ngựa của họ, từng là thầy dạy cưỡi ngựa riêng cho Hitler hay đại loại thế. Ôi xong cậu ấy bắt đầu kể tớ nghe chuyện suýt bị một thằng lính da màu hiếp như thế nào. *Ngay* tầng trệt của hàng Lord & Taylor luôn, cậu ấy cứ thế kể cho tớ nghe – cậu biết Jackson rồi đó. Cậu ấy bảo hắn là tài xế của chồng cậu ấy, hắn ta lái xe đưa cậu ấy đi siêu thị hay làm gì đấy vào một buổi sáng. Cậu ấy bảo cậu ấy sợ đến nỗi còn không..."

"Chờ chút nhé." Eloise ngẩng đầu cất tiếng: "Con đấy à, Ramona?"

"Vâng ạ," có giọng một đứa trẻ con đáp lại.

"Vào thì đóng cửa trước lại nhé," Eloise nói với ra.

"Ramona à? Ôi, tớ muốn thấy con bé quá đi mất. Cậu có thấy là tớ chưa gặp lại con bé từ khi con bé có..."

"Ramona," Eloise kêu lên, mắt vẫn nhắm nghiền, "ra bếp bảo Grace cởi giày cho con."

"Rồi ạ," Ramona nói. "Đi nào, Jimmy."

"Ôi, tớ muốn thấy con bé quá đi mất," Mary Jane nói. "Ôi *Chúa* ơi! Tớ lỡ tay. Tớ *cực* kỳ xin lỗi, El ơi."

"Kệ đi. *Kệ* đi," Eloise nói. "Dù sao tớ cũng ghét cái thảm chết tiệt này. Tớ sẽ lấy cho cậu cốc khác."

"Không sao, nhìn này, tớ còn hơn nửa cơ!" Mary Jane giơ cốc mình lên.

"Cậu chắc không?" Eloise nói. "Đưa tớ điếu thuốc."

Mary Jane chìa gói thuốc lá, nói: "Ôi, tớ muốn thấy con bé quá đi mất. Giờ con bé trông thế nào?"

Eloise châm điếu thuốc. "Akim Tamiroff."

"Không, nghiêm túc đấy."

"Lew. Con bé trông giống Lew. Khi mẹ anh ấy qua đây, cả ba người trông như sinh ba ấy." Không ngồi dậy, Eloise với tay sang chồng gạt tàn ở đầu kia bàn thuốc lá. Cô nhấc được chiếc trên cùng, rồi đặt nó lên bụng. "Cái tớ cần là một con chó cốc hay đại loại thế," cô nói. "Một ai đó trông giống tớ."

"Thế mắt con bé giờ sao rồi?" Mary Jane hỏi. "Ý tớ là mắt con bé không yếu đi chứ?"

"Chúa ơi! Chắc là không đâu."

"Con bé có thể nhìn rõ mà không cần đeo kính không? Ý tớ là lúc tỉnh dậy vào buổi tối để đi tè hay làm gì đó?"

"Nó chả nói với ai bao giờ. Con bé lắm bí mật lắm."

Mary Jane quay người trên ghế. "Ôi, *chào* Ramona!" cô nói. "Váy của con *đẹp quá*!" Cô đặt cốc nước xuống. "Cô cá là con chẳng nhớ cô đâu, đúng không Ramona?"

"Tất nhiên là con bé nhớ rồi. Cô nào đây con, Ramona?"

"Cô Mary Jane," Ramona nói, gãi gãi.

"Tuyệt vời!" Mary Jane nói. "Ramona, con thơm cô một cái được không?"

"Dừng lại ngay," Eloise nói với Ramona.

Con bé không gãi nữa.

"Con thơm cô một cái được không hả Ramona?" Mary Jane hỏi lại.

"Con không thích thơm người khác."

Eloise khịt mũi, hỏi, "Jimmy đâu rồi?"

"Cậu ấy đây này."

"Jimmy là ai thế?" Mary Jane hỏi Eloise.

"Ôi Chúa ơi! Bồ con bé. Lúc nào cũng kè kè. Con bé làm gì cũng làm theo. Thật ngớ ngẩn."

"*Thật á?*" Mary Jane hào hứng hỏi. Cô rướn người về trước. "Con có giai theo đấy hả, Ramona?"

Đôi mắt Ramona sau cặp kính chống cận dày chẳng phản chiếu vẻ hào hứng của Mary Jane, dù chỉ một chút.

"Cô Mary Jane hỏi con kìa, Ramona." Eloise nói.

Ramona chọc ngón tay vào cái mũi nhỏ và bè của con bé.

"Thôi ngay," Eloise nói. "Cô Mary hỏi con có giai theo không kìa."

"Vâng," Ramona đáp mà vẫn bận bịu với cái mũi của mình.

"Ramona," Eloise nói. "Bỏ tay ra. Ngay lập tức."

Ramona bỏ tay xuống.

"Ôi, cô nghĩ thế là tuyệt lắm đấy," Mary Jane nói. "Cậu ấy tên là gì thế? Con nói cô biết được không, Ramona? Hay đấy là một bí mật hệ trọng?"

"Jimmy," Ramona nói.

"Jimmy? Ôi, cô thích cái tên Jimmy lắm! Jimmy gì nhỉ, Ramona?"

"Jimmy Jimmereeno," Ramona đáp.

"Đứng yên," Eloise nói.

"Chà! Thật là cái tên hay. Jimmy ở đâu rồi? Con sẽ nói với cô chứ, Ramona?"

"Đây này," Ramona đáp.

Mary Jane nhìn quanh, rồi lại nhìn Ramona, mỉm cười với vẻ trêu đùa hết mức có thể: "Ở đây là ở đâu cơ, con gái?"

"*Đây này*," Ramona nói. "Con đang nắm *tay* cậu ấy."

"Tớ chẳng hiểu gì cả," Mary Jane nói với Eloise, người vừa mới uống hết cốc rượu.

"Đừng nhìn *tớ*," Eloise nói.

Mary Jane quay lại nhìn Ramona. "Ôi, *cô* hiểu rồi. Jimmy là một cậu nhóc tưởng tượng. Tuyệt vời." Mary Jane thân mật nghiêng người về phía trước. "Con có *khỏe* không, Jimmy?" Mary Jane nói.

"Thằng bé không nói chuyện với cậu đâu," Eloise trả lời. "Ramona, kể cho cô Mary Jane nghe về Jimmy đi."

"Kể *gì* cơ ạ?"

"Đứng thẳng lên nào, con gái... Kể cho cô Mary Jane xem Jimmy trông thế nào."

"Cậu ấy có mắt xanh lục và tóc đen."

"Còn gì nữa?"

"Không có bố cũng chẳng có mẹ."

"Còn gì nữa?"

"Không có tàn nhang."

"Còn gì nữa?"

"Một thanh kiếm."

"Còn gì nữa?"

"Con không biết," Ramona nói và bắt đầu gãi.

"Nghe có vẻ *đẹp* trai đấy!" Mary Jane nói và ngả người hơn nữa về trước. "Ramona. Nói cho cô nghe. Jimmy có cởi giày cao su *của bạn ấy* ra khi bọn cháu vào nhà không?"

"Cậu ấy đi ủng," Ramona nói.

"Tuyệt vời," Mary Jane nói với Eloise.

"Có cậu nghĩ vậy thôi. Tớ thì phải chịu thế này suốt

ngày. Jimmy ăn với con bé. Tắm với con bé. Ngủ chung với con bé. Con bé luôn nằm hẳn sang một bên giường để không lăn vào làm đau Jimmy."

Tỏ ra bị hấp dẫn và thích thú với thông tin này, Mary Jane cắn nhẹ môi dưới, rồi thả ra để hỏi, "Sao thằng bé lại được gọi như thế?"

"Jimmy Jimmereeno á? Có Chúa mới biết."

"Chắc là tên của thằng bé hàng xóm nào đó,"

Eloise ngáp, lắc đầu: "Chả có thằng bé nào ở khu này cả. Chẳng có trẻ con luôn. Họ gọi tớ là Mông Mắn Đẻ sau lưng..."

"Mẹ ơi," Ramona nói, "Con có thể ra ngoài chơi không?"

Eloise nhìn con bé. "Con chỉ vừa mới *vào nhà* thôi mà," cô nói.

"Jimmy lại muốn ra ngoài."

"Tại sao? Mẹ hỏi được không?"

"Cậu ấy để quên thanh kiếm ở ngoài."

"Ôi, Jimmy và thanh kiếm chết tiệt," Eloise nói. "Được rồi. Đi đi. Nhớ xỏ giày cao su vào."

"Con lấy cái này được không?" Ramona nói, lấy một que diêm cháy ra khỏi cái gạt tàn.

"Con lấy cái này có được không *ạ*? Được. Làm ơn đừng chạy xuống đường."

"Tạm biệt Ramona!" Mary Jane ngâm nga nói.

"Tạm biệt," Ramona nói. "Đi nào, Jimmy."

Eloise đột ngột đứng dậy. "Đưa tớ cốc của cậu," cô nói.

"Thôi, thật mà, El. Lẽ ra tớ phải đến *Larchmont* rồi. Ý tớ là ông Weyinburg tử tế *lắm*, tớ ghét phải..."

"Gọi điện và bảo cậu bị giết rồi đi. Rồi buông cái cốc chết tiệt ấy ra."

"Không, thật đấy, El à. Ý tớ là trời đang trở lạnh *kinh khủng* ấy. Tớ không có cái gì chống đóng băng ở trong xe cả. Ý tớ là nếu tớ không..."

"Cứ để nó đóng băng. Đi gọi điện thoại đi. Nói là cậu chết rồi," Eloise nói. "Đưa tớ cái kia."

"Ôi... Thế điện thoại ở đâu?"

"Đi..." Eloise nói, mang theo mấy cái cốc rỗng và đi về phía phòng ăn, "... lối này." Cô khựng lại ở giữa phòng khách và phòng ăn, rồi nhảy điệu ngoáy hông. Mary Jane cười khúc khích.

"Ý tớ là cậu không thực sự *biết* Walt," Eloise nói vào lúc năm giờ kém mười lăm, nằm ngửa trên sàn, cái cốc đặt thăng bằng trên bờ ngực nhỏ của cô. "Anh ấy là người duy nhất tớ từng biết có thể khiến tớ cười. Ý tớ là cười *thật sự* ấy." Cô nhìn qua Mary Jane. "Cậu còn nhớ đêm đó – năm cuối cùng của chúng mình – khi con khùng Louise Hermanson chạy xộc vào phòng mặc cái nịt vú đen nó mua ở Chicago không?"

Mary Jane khúc khích. Cô nằm sấp trên đi văng, cằm tựa lên tay ghế, đối diện Eloise. Cốc rượu của cô đặt trên sàn, ngay trong tầm với.

"Chà, anh ấy có thể khiến tớ cười theo cách *đó*," Eloise nói. "Anh ấy khiến tớ cười khi bọn tớ nói chuyện với nhau. Nói chuyện điện thoại anh ấy cũng làm được. Thậm chí là qua thư. Điều tuyệt vời nhất là anh ấy không cố tỏ ra hài hước – anh ấy đơn giản *là* hài hước thôi." Cô khẽ quay đầu về phía Mary Jane. "Này, ném tớ điếu thuốc được không?"

"Tớ không với tới," Mary Jane nói.

"Tổ sư cậu." Eloise lại nhìn lên trần nhà. "Có một lần," cô nói, "tớ bị ngã. Tớ thường đợi anh ấy ở trạm xe buýt, ngay bên ngoài cửa hàng PX, và một lần anh ấy đến muộn, ngay khi xe rời bến. Chúng tớ bắt đầu chạy đuổi theo, thế rồi tớ ngã và trẹo mắt cá chân. Anh ấy nói: 'Tội nghiệp chú Wiggily[(1)].' Ý anh ấy là cái mắt cá chân của tớ. Tội nghiệp chú già Wiggily, anh ấy gọi nó như vậy đấy... Chúa ơi, anh ấy thật tuyệt."

"Thế Lew không hài hước hả?" Mary Jane hỏi.

"Gì cơ?"

"Lew không hài hước hả?"

"Ôi Chúa ơi! Ai mà biết? Ừ cũng có. Tớ nghĩ vậy.

---

1. Chú Wiggily Longears là nhân vật chính trong một series truyện thiếu nhi của Howard R. Garis, phát hành từ năm 1910.

Xem hoạt hình các kiểu thì cũng cười." Eloise rướn đầu, lấy cốc rượu trên ngực và uống.

"Ừ thì," Mary Jane nói. "Đấy không phải là tất cả. Ý tớ là đấy không phải tất cả."

"Cái gì không phải cơ?"

"Ờ... cậu biết đấy. Cười và mấy thứ linh tinh."

"Ai bảo đấy không phải?" Eloise nói. "Nghe này, nếu cậu không muốn thành một nữ tu hay đại loại thế, thì cậu nên cười đi."

Mary Jane khúc khích. "Cậu *tệ* thật đấy," cô nói.

"A, Chúa ơi, anh ấy thật tuyệt," Eloise nói. "Anh ấy không hài hước thì cũng ngọt ngào. Không phải kiểu ngọt ngào của mấy đứa con nít con nôi đâu. Đấy là một kiểu ngọt ngào rất đặc biệt. Cậu biết có lần anh ấy đã làm gì không?"

"Không," Mary Jane nói.

"Chúng tớ đi tàu từ Trenton đến New York – đấy là ngay sau khi anh ấy bị gọi nhập ngũ. Trong xe rất lạnh, tớ choàng áo khoác qua người hai đứa. Tớ nhớ là mình mặc cái áo cardigan của Joyce Morrow bên dưới – cậu có nhớ cái áo cardigan màu thiên thanh đáng yêu ấy không?"

Mary Jane gật đầu nhưng Eloise chẳng buồn nhìn cái gật đầu ấy.

"Ồ, anh ấy đặt tay lên bụng tớ. Cậu biết đấy. Đột nhiên anh ấy nói bụng tớ thật đẹp, đến mức anh ấy ước có viên sĩ quan nào xuất hiện và bắt anh ấy thò tay kia ra ngoài cửa sổ. Anh ấy bảo muốn làm những điều đúng đắn. Rồi anh ấy bỏ tay ra và bảo người soát vé tàu hãy ưỡn ngực ra. Anh ấy nói với tay kia rằng anh không thể chịu nổi một người đàn ông không tự hào về bộ đồng phục của mình. Tay soát vé chỉ bảo anh ấy đi ngủ đi." Eloise suy nghĩ một chút, rồi nói, "Không phải cứ nhất thiết những gì anh ấy nói, mà cách nói cơ. Cậu biết đấy."

"Cậu có kể cho Lew về anh ấy không – ý tớ là có kể chút nào không ấy?"

"À," Eloise nói, "có một lần tớ định kể. Nhưng điều đầu tiên Lew hỏi là cấp bậc của Walt."

"Thế anh ấy hàm gì?"

"Ha!" Eloise thốt lên.

"Không, tớ chỉ..."

Eloise đột nhiên cười phá lên, tiếng cười từ bụng dội lên. "Cậu biết có lần anh ấy nói gì không? Anh ấy bảo anh thấy mình đang thăng tiến trong quân đội, nhưng theo hướng khác với mọi người. Anh bảo khi lần đầu được thăng cấp, thay vì nhận thêm sọc, anh ấy muốn bị lấy đi tay áo. Anh ấy bảo khi nào lên tướng, anh sẽ hoàn toàn khỏa thân. Tất cả những gì anh ấy mặc trên người sẽ chỉ là cái cúc áo bộ binh bé xíu ở chỗ rốn." Eloise nhìn qua Mary Jane, cô chẳng cười chút nào. "Cậu không thấy buồn cười à?"

"Ừ, có. Nhưng sao cậu không kể với Lew về anh ấy?"

"Tại sao à? Bởi vì anh ấy tối dạ bỏ mẹ, đó là lý do đấy," Eloise nói. "Với lại. Nghe này, cô nàng công việc kia. Nếu cậu có tái hôn, đừng có kể *gì* cho chồng cậu đấy. Nghe rõ chưa?"

"Tại sao?" Mary Jane hỏi.

"Bởi vì tớ bảo cậu như thế, hết," Eloise nói. "Họ muốn nghĩ cậu đã dành cả cuộc đời cảm thấy kinh tởm mỗi khi có thằng con trai nào đến gần. Tớ không đùa đâu. Ai chà, cậu kể thì cũng được. Nhưng đừng bao giờ thành thật. Ý tớ là đừng bao giờ *thành thật*. Nếu cậu kể cậu từng quen một anh chàng rất bảnh thì cũng phải nói luôn một hơi rằng anh ta đẹp trai *quá mức*. Và nếu cậu nói cậu từng quen một chàng dí dỏm thì cũng phải nói anh ta hay ra vẻ hay thích thể hiện. Nếu cậu *không* làm thế, họ sẽ đay đi nghiến lại chuyện cậu với anh chàng tội nghiệp đó mỗi khi có cơ hội." Eloise ngưng nói để uống rượu rồi nghĩ. "Ôi," cô nói, "họ sẽ lắng nghe rất là *chín chắn*. Thậm chí còn tỏ ra hiểu chuyện nữa. Nhưng đừng để bị lừa. Tin tớ đi. Cậu sẽ *ăn hành* ngập mặt nếu cậu tưởng họ hiểu chuyện đấy. Nhớ lời tớ đấy."

Mary Jane, trông khá chán nản, nhấc cằm khỏi tay vịn đi văng. Để đổi tư thế, cô gác cằm lên cẳng tay. Cô nghĩ về lời khuyên của Eloise. "Cậu không thể bảo Lew không hiểu chuyện được," cô nói to.

"*Ai* không thể cơ?"

"Ý tớ là chẳng phải anh ấy hiểu chuyện à?" Mary Jane nói vẻ ngây thơ.

"Ôi," Eloise nói, "nói mãi có ích gì? Thôi kệ đi. Tớ chỉ làm cậu chán nản mà thôi. Tớ im miệng đây."

"Thế sao cậu lại lấy anh ấy?" Mary Jane hỏi.

"Ôi lạy Chúa! Tớ chả biết. Anh ấy bảo anh ấy yêu Jane Austen. Anh ấy bảo sách của Austen có ý nghĩa lớn lao với cuộc đời anh ấy. Anh ấy nói đúng như thế đấy. Rồi phải sau khi hai đứa lấy nhau, tớ mới phát hiện ra anh ấy còn chưa đọc nổi *một* cuốn. Cậu có biết anh ấy thích tác giả nào không?"

Mary Jane lắc đầu.

"L. Manning Vines. Cậu nghe bao giờ chưa?"

"Chưa."

"Tớ cũng thế. Mà cũng chả ai biết cả. Tay ấy viết sách về bốn gã đàn ông chết đói ở Alaska. Lew thậm chí còn chẳng nhớ tên sách, nhưng bảo đó là cuốn sách được *viết* đẹp nhất mà anh ta từng đọc. *Chúa ơi!* Anh ta thậm chí còn chẳng đủ thành thật để thú thật và nói mình thích cuốn ấy vì chuyện bốn gã chết đói trong lều hay cái gì đấy kiểu vậy. Anh ấy phải nói rằng cuốn sách được *viết* rất đẹp cơ."

"Cậu khắt khe quá rồi đấy," Mary Jane nói. "Ý tớ là cậu quá khắt khe. Có thể đấy *đúng là* một..."

"Cứ tin tớ đi, không thể nào như vậy được," Eloise nói. Cô ngẫm ngợi một lát, rồi thêm vào: "Ít nhất cậu còn có một công việc. Ý tớ là ít nhất, cậu..."

"Nhưng nghe này," Mary Jane nói. "Cậu có nghĩ sẽ kể cho Lew chuyện Walt đã chết không? Ý tớ là anh ấy sẽ không ghen đâu, nhỉ, nếu Lew biết chuyện Walt bị... cậu hiểu mà. Bị giết ấy."

"Ôi, cưng à. Cô nàng công việc ngây thơ tội nghiệp của tôi," Eloise nói. "Anh ấy sẽ chỉ càng tệ hơn thôi. Anh ấy sẽ thành kẻ *đào mả* đấy. Nghe này. Tất cả những gì anh ấy biết là tớ đã hẹn hò với gã nào đấy tên Walt – một tay lính *dí dỏm* nào đấy. Kể cho Lew rằng Walt bị giết sẽ là điều cuối cùng tớ muốn làm. Điều cuối cùng. Và nếu tớ làm thế – tớ biết tớ sẽ không làm thế – nhưng *nếu có*, tớ sẽ nói rằng anh ấy tử trận."

Mary Jane nhích cằm ra trước, tới rìa cẳng tay.

"El..." cô nói.

"Hở?"

"Sao cậu không kể tớ nghe anh ấy đã bị giết thế nào? Tớ thề sẽ không nói ai biết. Thật đấy. Đi mà."

"Không."

"Đi mà. Thật đấy. Tớ sẽ không nói cho ai đâu."

Eloise dốc cạn ly và đặt cái cốc rỗng dựng thẳng trên ngực. "Cậu sẽ nói cho Akim Tamiroff," cô nói.

"Không, tớ không kể đâu. Ý tớ là tớ sẽ không kể bất kỳ..."

"Ôi," Eloise nói, "trung đoàn của anh ấy đang nghỉ ở chỗ nào đó. Đang ở giữa trận hay đại loại thế, đồng đội của anh ấy viết vậy cho tớ. Walt và vài anh khác đang bỏ cái bếp Nhật vào một gói hàng. Tay đại tá nào đó muốn gửi nó về nhà. Hay họ đang lấy *ra* khỏi túi để bọc lại ấy, tớ cũng không rõ. Cái bếp đầy xăng và rác rưởi, nó nổ vào mặt họ. Người kia chỉ mất một mắt." Eloise bắt đầu khóc. Cô đặt tay quanh cái ly rỗng trên ngực để giữ vững nó.

Mary Jane chuồi khỏi đi văng, bò ba bước về phía Eloise và bắt đầu xoa đầu cô. "Đừng khóc, El à. Đừng khóc."

"Ai khóc cơ?" Eloise nói.

"Tớ biết, nhưng đừng khóc mà. Ý tớ là không đáng gì đâu."

Cửa trước bật mở.

"Ramona về đấy," Eloise sụt sịt. "Làm ơn giúp tớ. Vào bếp và bảo con nhỏ kia cho con bé ăn tối sớm đi, được không?"

"Ừ được mà, nếu cậu hứa đừng khóc nữa."

"Tớ hứa. Đi đi. Tớ không muốn vào căn bếp chết tiệt ấy ngay lúc này."

Mary Jane đứng dậy, loạng choạng rồi lấy lại thăng bằng và rời khỏi căn phòng.

Chưa đầy hai phút sau, cô đã quay lại, Ramona chạy phía trước. Con bé giậm cả bàn chân xuống, cố gắng gây ồn ào hết mức có thể với đôi giày cao su đang mở.

"Con bé không để tớ tháo giày ra," Mary Jane nói.

Eloise, vẫn nằm ngửa trên sàn, đang dùng khăn tay. Cô nói qua cái khăn, hướng về Ramona. "Ra ngoài bảo Grace cởi giày của con ra. Con thừa biết không được vào..."

"Grace trong nhà vệ sinh rồi," Ramona nói.

Eloise cất khăn tay và ngồi nhỏm dậy. "Con đưa chân lại đây," cô nói. "Ngồi xuống đã, nhanh nào... Không phải *ở đó*, *ở đây* cơ. Chúa ơi!"

Mary Jane đang quỳ gối, tìm dưới gầm bàn mấy điếu thuốc, cô nói: "Này, đoán xem có chuyện gì xảy ra với Jimmy."

"Tớ chịu. Chân kia. Chân *kia* cơ mà."

"Thằng bé bị xe cán," Mary Jane nói. "Thật bi thảm, nhỉ?"

"Con thấy Skipper với một khúc xương," Ramona kể với Eloise.

"Có chuyện gì với Jimmy?" Eloise hỏi con bé.

"Cậu ấy bị cán qua, chết rồi. Con thấy Skipper với một khúc xương, cậu ấy sẽ không..."

"Đưa trán con đây," Eloise nói. Cô đưa tay ra sờ trán Ramona. "Con hơi sốt rồi. Vào bảo Grace con sẽ ăn tối trên tầng. Rồi đi ngủ ngay. Chốc mẹ lên sau. Đi đi, luôn đi, nhanh con. Mang mấy cái này *theo* nữa."

Ramona chậm chạp sải từng bước thật dài ra khỏi phòng.

"Ném tớ một điếu," Eloise nói với Mary Jane. "Thêm cốc nữa nhé."

Mary Jane đưa một điếu thuốc qua cho Eloise. "Cái đó có vấn đề gì không? Chuyện Jimmy ấy. Chao ơi là trí tưởng tượng!"

"Ừm. Cậu đi lấy đồ uống được không? Và mang cái bình... Tớ không muốn ra ngoài. Cái chỗ chết tiệt ấy bốc toàn mùi nước cam."

*

Lúc bảy giờ năm phút, điện thoại réo vang. Eloise nhổm dậy khỏi ghế bên cửa sổ và mò mẫm trong bóng tối tìm giày. Cô chẳng thấy chúng đâu cả. Chân xỏ tất, cô bước đi đều đều, gần như uể oải, về phía điện thoại. Tiếng chuông réo không mảy may phiền đến Mary Jane, cô vẫn đang nằm ngủ trên đi văng, úp mặt xuống.

"A lô," Eloise nói vào điện thoại mà không bật cái đèn trên đầu. "Nghe này, em không thể gặp anh được. Mary Jane đang ở đây. Cô ấy đậu xe ngay trước xe em mà lại chẳng tìm được chìa khóa. Em không ra ngoài được. Bọn em mất hai mươi phút tìm chìa khóa trong cái mớ gì... tuyết tủng các thứ. Anh đi nhờ Dick và Mildred xem." Cô lắng nghe. "Ồ. Chà, khó thật đấy, cưng à. Sao các anh không thành lập trung đội rồi hành quân về nhà? Anh có thể hô một hai một hai. Anh có thể thành nhân vật nhớn đấy." Cô lại nghe. "Em không đùa," cô nói. "Thật đấy, không đâu. Cái mặt em nó vậy." Cô cúp máy.

Eloise bước đi, lảo đảo hơn lúc nãy, quay lại phòng khách. Ở chỗ ngồi cạnh cửa sổ, cô rót nốt những gì còn lại trong chai Scotch vào ly của mình. Chỉ còn độ một ngón tay. Cô dốc cạn ly, rùng mình, rồi ngồi xuống.

Khi Grace bật đèn trong phòng ăn, Eloise giật nẩy mình. Cô vẫn nằm, gọi Grace: "Đến tám giờ hẵng dọn bàn, Grace nhé. Wengler sẽ về muộn chút đấy."

Grace xuất hiện dưới ánh đèn trong phòng ăn nhưng không đi tới. "Bà vừa nãy đi rồi ạ?" cô hỏi.

"Cô ấy đang nghỉ rồi."

"Ồ," Grace nói. "Thưa bà Wengler, con tự hỏi có ổn không nếu chồng con qua đêm ở đây. Phòng con còn chỗ, như thế anh ấy sẽ không phải quay lại New York cho đến sáng mai, ngoài trời thời tiết *kinh* lắm."

"Chồng cô à? Anh ta đang ở đâu?"

"Bây giờ," Grace nói, "anh ấy đang trong bếp."

"Chà, tôi e rằng chồng cô không thể ở đây qua đêm được đâu, Grace à."

"Thưa bà?"

"Tôi bảo rằng tôi sợ chồng cô không thể ở đây qua đêm được đâu. Tôi không phải chủ nhà trọ."

Grace đứng im một lát, rồi nói, "Vâng, thưa bà," và vào bếp.

Eloise rời khỏi phòng khách, leo lên cái cầu thang được chiếu sáng mờ mờ nhờ ánh đèn hắt ra từ phòng ăn. Một chiếc giày cao su của Ramona nằm ở đầu cầu thang. Eloise nhặt lên và ném mạnh hết sức có thể qua lan can; chiếc giày rơi xuống sảnh kèm tiếng động dữ dội.

Cô bật đèn trong phòng Ramona, bấu vào công tắc như để có chỗ dựa. Cô đứng yên một lúc nhìn Ramona. Rồi cô bỏ tay khỏi công tắc đèn, đi nhanh về phía giường.

"Ramona. Dậy. *Dậy* nào!"

Ramona đang nằm ngủ lệch về một bên giường, mông phải còn chớm ra mép giường. Cặp kính được xếp gọn gàng, đặt ngửa trên cái bàn nhỏ hình vịt Donald.

"*Ramona!*"

Đứa bé tỉnh giấc, hít một hơi mạnh. Cô bé mở to mắt nhưng lập tức ríu lại. "Mẹ ạ?"

"Mẹ tưởng con bảo Jimmy Jimmereeno bị xe cán chết rồi."

"Gì cơ ạ?"

"Con nghe rồi đấy," Eloise nói. "Tại sao con lại ngủ về phía này?"

"Vì," Ramona nói:

"Vì sao? Ramona, mẹ không thấy rằng..."

"Vì con không muốn làm đau Mickey."

"*Ai cơ?*"

"Mickey," Ramona nói, dụi mũi. "Mickey Mickeranno."

Eloise chuyển sang tiếng rít: "Mày nằm vào giữa giường đi. *Nhanh lên.*"

Ramona cực kỳ khiếp đảm, cứ ngước nhìn Eloise mãi.

"Thôi được." Eloise túm lấy mắt cá chân của Ramona, nửa nhấc nửa lôi cô bé ra giữa giường. Ramona không giãy giụa, cũng không khóc; cô bé để mình bị kéo đi, nhưng không cam chịu hẳn.

"Giờ thì đi ngủ," Eloise nói, thở hắt ra. "Nhắm mắt lại... Nghe mẹ nói, *nhắm* mắt lại."

Ramona nhắm mắt.

Eloise đi về phía công tắc đèn và tắt đi. Nhưng cô còn đứng một lúc lâu ở cửa ra vào. Rồi đột nhiên, trong bóng tối, cô lao về phía cái bàn đầu giường, đầu gối đập vào chân giường nhưng cô chẳng thấy đau. Cô nhặt cặp kính của Ramona, giữ bằng cả hai tay, áp vào má mình. Nước mắt chảy xuống mặt cô, làm ướt đôi tròng kính. "Tội nghiệp chú Wiggily," cô lặp đi lặp lại. Cuối cùng, cô đặt cặp kính xuống bàn lại, mắt kính úp xuống.

Cô cúi người xuống, hơi loạng choạng, và bắt đầu dém lại chăn trên giường Ramona. Con bé đã tỉnh. Nó cứ khóc, khóc không ngừng. Eloise hôn lên môi Ramona ướt mèm, vuốt tóc ra khỏi mắt cho cô bé rồi rời khỏi phòng.

Cô đi xuống cầu thang, càng lảo đảo tợn, rồi đánh thức Mary Jane.

"*Gì đấy?* Ai cơ? *Sao vậy?*" Mary Jane hỏi, ngồi bật dậy trên đi văng.

"Mary Jane. Nghe này. Làm ơn," Eloise nức nở. "Cậu còn nhớ hồi năm nhất, tớ có một cái váy nâu vàng mua ở Boise, Miriam Ball đã nói với tớ rằng chẳng ai mặc thể loại váy đấy ở New York, thế là tớ khóc suốt cả đêm, cậu còn nhớ không?" Eloise lắc cánh tay Mary Jane. "Tớ từng là một cô gái ngoan," cô nài nỉ, "phải vậy không?"

Ngay trước cuộc chiến với người Eskimo

Năm sáng thứ Bảy liền, Ginnie Mannox chơi tennis ở sân East Side với Selena Graff, một người bạn cùng lớp ở trường cô Basehoar. Ginnie công khai coi Selena là cô nàng phèn hết cỡ ở trường cô Basehoar – một ngôi trường dường như nhan nhản những cô gái phèn cỡ vừa – nhưng, đồng thời, cô cũng chẳng biết một ai bằng được Selena ở việc luôn mang đến những lon bóng tennis mới coóng. Chắc bố Selena làm ra chúng hay sao đó. (Vào một bữa tối nọ, để khai sáng cho cả gia đình Mannox, Ginnie đã vẽ lên một hình dung về bữa tối ở nhà Graff; sẽ có một người hầu mẫu mực thoăn thoắt phục vụ mỗi người một lon bóng tennis, thay vì một ly nước ép cà chua.) Nhưng cứ phải đưa Selena về đến tận nhà sau những buổi chơi tennis rồi lại phải một mình – lần nào cũng thế – trả hết tiền taxi, việc đó đang làm cho Ginnie chịu hết nổi. Dù gì đi nữa, ý tưởng bắt taxi từ sân bóng về nhà thay vì bắt buýt là do Selena khơi mào. Tuy nhiên, vào ngày thứ Bảy của tuần thứ năm, khi xe taxi bắt đầu lăn bánh về hướng bắc từ đại lộ York, Ginnie bất ngờ lên tiếng:

"Nè, Selena..."

"Gì thế?" Selena hỏi, vẫn đang mải lần sờ sàn xe taxi bằng tay. "Tớ chẳng tìm được cái bao vợt của mình ở đâu cả!" cô rên rỉ.

Dù tiết trời tháng Năm ấm áp, cả hai cô gái đều đang mặc áo khoác dài choàng ngoài quần soóc.

"Cậu đã cho nó vào túi rồi," Ginnie nói. "Nè, nghe tớ nói..."

"Ôi, Chúa ơi! Cậu vừa cứu tớ một mạng đấy!"

"Nghe này," Ginnie nói, chẳng bận tâm đến lòng biết ơn của Selena.

"Gì thế?"

Ginnie quyết định sẽ nói huỵch toẹt. Taxi đã gần đến con phố có nhà Selena. "Tớ không muốn phải tự mình trả tiền xe hôm nay nữa," cô nói. "Tớ chẳng phải triệu phú, cậu biết đấy."

Selena thoạt đầu ngạc nhiên, sau đó là tổn thương. "Không phải lúc nào tớ cũng trả một nửa à?" cô nàng hỏi ngây thơ.

"Không," Ginnie nói thẳng thừng. "Cậu chỉ trả một nửa vào ngày thứ Bảy *đầu tiên*. Đó đã là đầu tháng trước rồi. Còn từ đó thì chẳng một lần nào. Tớ không muốn tỏ ra nhỏ nhen, nhưng tớ thực sự đang *sống* với bốn đô rưỡi một tuần. Và từ bằng ấy tiền tớ phải..."

"Tớ luôn mang bóng tennis đến, không phải sao?" Selena hỏi, vẻ khó chịu.

Thỉnh thoảng Ginnie chỉ muốn kết liễu Selena. "Bố của cậu *làm* ra chúng còn gì," cô đáp. "*Cậu* có mất đồng nào đâu. Còn tớ phải trả tiền cho tất cả mọi..."

"Được rồi, được rồi," Selena nói, đủ dõng dạc và dứt khoát để giúp cô chiếm ưu thế. Tỏ vẻ chán nản, cô lục tìm túi áo khoác. "Tớ chỉ có ba lăm xu thôi," cô nói lạnh nhạt. "Thế có đủ không."

"Không. Tớ xin lỗi, nhưng cậu nợ tớ một đô và sáu lăm xu. Tớ đã kiểm đếm từng..."

"Tớ sẽ phải lên tầng xin tiền mẹ tớ. Không thể để đến *thứ Hai* sao? Tớ có thể đem theo đến lớp *thể chất* nếu cậu thích như thế."

Thái độ của Selena khiến người ta không muốn khoan nhượng.

"Không," Ginnie đáp. "Tớ phải đi coi phim tối nay. Tớ cần ngay."

Trong sự im lặng giận dỗi, hai cô gái nhìn ra ngoài cửa sổ xe bên mình, đến khi chiếc xe đỗ lại trước khu căn hộ nhà Selena. Rồi Selena, là người ngồi gần vỉa hè, tự mình ra khỏi xe. Chỉ để lại cánh cửa xe khép hờ, cô bước nhanh và lạnh lùng vào tòa nhà, như thể đang ghé thăm một quý nhân Hollywood vậy. Ginnie, mặt nóng bừng, trả tiền taxi. Cô nàng sau đó gom lại những dụng cụ tennis của mình – vợt, khăn tay và mũ rộng vành – rồi đi theo

Selena. Ở tuổi mười lăm, Ginnie cao mét bảy lăm trong đôi giày tennis cỡ 9-B, và khi cô bước vào hành lang, cái vẻ lúng túng vì đôi giày đế cao su quá khổ khiến cô nom vụng về một cách nguy hiểm. Điều này làm Selena thà nhìn cái kim số trên thang máy còn hơn.

"Thế là cậu nợ tớ một đô chín mươi xu," Ginnie nói, sải bước đến thang máy.

Selena quay lại, "Có thể cậu muốn biết," cô nói, "đấy là mẹ tớ ốm rất nặng."

"Mẹ cậu bị làm sao?"

"Mẹ tớ gần như là bị viêm phổi, và nếu cậu nghĩ rằng tớ thích làm phiền bà ấy chỉ vì tiền..." Selena bỏ lửng câu nói với tất cả vẻ hiên ngang có thể.

Ginnie quả thực cảm thấy hơi thối chí khi nghe điều này, dù cho nó có bao nhiêu phần sự thật, nhưng chưa đến độ phải mủi lòng. "Tớ không khiến mẹ cậu bị như thế," cô đáp và theo Selena vào thang máy.

Khi Selena bấm chuông căn hộ của mình, hai cô nàng được mời vào – hay có thể nói là cánh cửa được mở ra và để đấy – bởi một cô hầu da màu mà Selena có vẻ không hay nói chuyện. Ginnie để đồ tennis của mình trên một cái ghế ở lối vào và theo sau Selena. Đi đến phòng khách, Selena quay lại và nói, "Cậu đợi ở đây được không? Tớ *có lẽ* phải gọi mẹ tớ dậy."

"OK thôi," Ginnie nói và ngồi phịch xuống ghế.

"Tớ chưa bao giờ nghĩ cậu lại hẹp hòi đến thế,"

Selena nói, đủ giận dữ để phải dùng đến từ "hẹp hòi" nhưng không đủ bất chấp để nhấn mạnh từ ấy.

"Giờ thì cậu biết rồi đấy," Ginnie nói, mở một cuốn tạp chí *Vogue* ra trước mặt. Cô để cuốn tạp chí nguyên như thế đến khi Selena ra khỏi phòng, rồi mới cất nó lại lên nóc radio. Cô nhìn quanh phòng, thầm sắp xếp lại đồ đạc trong đầu, bỏ đi mấy cái đèn bàn, vứt đi chùm hoa giả. Theo cô, tổng thể cái phòng này thật gớm guốc – tốn nhiều tiền mà vẫn lởm khởm.

Bỗng nhiên, một giọng nam quát lên từ phòng khác của căn hộ, "*Eric, phải mày không?*"

Ginnie đoán đó là anh trai của Selena, cô chưa gặp anh này bao giờ. Cô bắt tréo đôi chân dài của mình, kéo đuôi chiếc áo khoác polo lên che đầu gối và chờ đợi.

Một chàng trai trẻ đeo kính, mặc đồ ngủ và để chân trần nhào vào phòng, miệng há hoác. "Ôi, anh cứ tưởng đó là Eric, lạy Chúa," anh ta nói. Không dừng lại, và với tư thế xẹo xọ hết cỡ, anh chàng đi quanh phòng, ôm khư khư một cái gì đó trên bộ ngực hẹp. Anh ngồi xuống bên ghế sofa còn trống. "Anh vừa cắt phải cái ngón tay chết tiệt này," anh ta nói bằng giọng hơi bấn loạn. Anh chàng nhìn Ginnie như thể thấy việc cô ngồi đó là chuyện rất bình thường. "Đã cắt vào tay bao giờ chưa? Cắt vào sâu tận xương ấy?" anh hỏi. Cái giọng nói ồn ào đó mang một vẻ cầu xin thật sự, như thể Ginnie, bằng câu trả lời của mình, có thể cứu anh thoát khỏi cái cô đơn của kẻ mở đường.

Ginnie nhìn anh ta chằm chằm. "Hừm, không phải là đến tận *xương*," cô nói, "nhưng em đã từng bị đứt tay rồi." Anh ta là một đứa con trai, hoặc đàn ông – khó mà biết anh ta là cái nào – với bộ dạng khôi hài nhất mà cô từng gặp. Tóc anh ta bù xù như vừa ngủ dậy. Anh ta có bộ râu vàng hoe mấy ngày chưa cạo. Và anh ta trông... ừm, ngáo ngơ. "Thế nào mà anh lại cắt phải tay?" cô hỏi.

Cái miệng trễ xuống, anh chàng đang ngắm nghía ngón tay bị thương của mình. "Cái gì cơ?" anh ta hỏi.

"Sao anh lại cắt phải tay?"

"*Anh* biết thế quái nào được," giọng điệu của anh ta hàm ý rằng trả lời cho câu hỏi đó là vô phương. "Anh đang tìm đồ trong cái sọt rác chết tiệt, nó đầy những lưỡi lam."

"Anh là anh trai của Selena à?" Ginnie hỏi.

"Ừa, Chúa ơi. Anh mất máu chết mất. Cứ ngồi đây nhé. Nhỡ đâu lại cần truyền máu."

"Anh đã bôi cái gì lên đó chưa?"

Anh trai Selena hơi giơ vết thương ra xa khỏi ngực mình và hé tay cho Ginnie xem. "Chỉ có ít giấy vệ sinh chết tiệt," anh ta nói. "Để cầm máu. Giống như khi cạo râu xước mặt ấy." Anh ta lại nhìn Ginnie. "Em là ai?" anh ta hỏi. "Bạn của con ngốc kia à?"

"Bọn em cùng lớp."

"Ừa, em tên gì?"

"Virginia Mannox."

"Em là Ginnie á?" anh ta hỏi, nheo mắt nhìn cô qua cặp kính. "Em là Ginnie Mannox á?"

"Vâng," Ginnie nói, buông đôi chân bắt tréo.

Anh trai Selena quay lại ngón tay của mình, rõ ràng đối với anh ta là tiêu điểm duy nhất trong phòng này. "Anh biết chị gái em," anh ta nói với vẻ lãnh đạm. "Đồ hợm hĩnh chết tiệt."

Ginnie ưỡn lưng. "*Ai* cơ?"

"Em nghe rồi đấy."

"Chị ấy *không hề* hợm hĩnh!"

"Không thế thì là gì," anh trai Selena nói.

"Chị ấy *không phải* thế!"

"Không thế thì là gì? Cô ta là nữ hoàng của lũ hợm hĩnh chết tiệt."

Ginnie nhìn anh ta vén và ngó chằm chằm vào bên dưới mớ giấy vệ sinh dày cộp trên ngón tay.

"Anh còn chẳng *biết* chị em."

"Không biết thì là gì?"

"Tên chị ấy là gì?" Ginnie hỏi.

"Joan... Joan hợm hĩnh."

Ginnie im lặng. "Chị ấy trông như thế nào?" bỗng nhiên cô hỏi.

Không có câu trả lời.

"Chị ấy trông như thế nào?" Ginnie lặp lại.

"Nếu cô ả được bằng một nửa so với những gì cô ta

nghĩ về bản thân, thì cô ta may mắn cực kỳ đấy," anh trai Selena nói.

Câu này mang dáng dấp một câu trả lời thú vị, Ginnie thầm đánh giá. "Em chưa từng nghe chị ấy nhắc đến *anh*," cô nói.

"Ối đáng lo thế. Đáng lo vãi ra ấy."

"Dù sao đi nữa, chị ấy đã đính hôn rồi." Ginnie nói, quan sát anh chàng. "Chị ấy sẽ cưới vào tháng sau."

"Cưới ai?" anh ta hỏi, nhìn lên.

Ginnie tận dụng việc anh ta ngẩng mặt lên. "*Anh* không biết người đó đâu."

Anh chàng tiếp tục táy máy với miếng gạc tự chế của mình. "Anh ta thật đáng thương," anh nói.

Ginnie khịt mũi.

"Nó vẫn đang chảy máu như điên. Em có nghĩ anh nên bôi gì đó lên không? Bôi cái gì thì tốt nhỉ? Mercurochrome có được không?"

"Iốt thì hơn," Ginnie đáp. Sau đó, cảm thấy câu trả lời của mình quá xã giao trong tình huống này, cô nói thêm, "Mercurochrome *chẳng* có tác dụng gì đâu."

"Sao không? Nó thì làm sao?"

"Chỉ là nó *không* có tác dụng, có thế thôi. Anh cần iốt."

Anh ta nhìn Ginnie. "Nhưng mà sẽ xót lắm, đúng không?" anh hỏi. "Không phải nó xót kinh khủng hay sao?"

"Nó sẽ *xót*," Ginnie đáp, "nhưng anh không chết được đâu."

Có vẻ chẳng hề phật ý trước giọng điệu của Ginnie. Anh trai Selena quay lại với cái ngón tay của mình. "Anh không thích bị xót," anh ta nói.

"*Chẳng* ai thích cả."

Anh chàng gật đầu đồng tình. "Ừa," anh nói.

Ginnie nhìn chằm chằm anh ta trong một phút. "Đừng chạm vào nó nữa," cô đột nhiên nói.

Như thể phản ứng lại một cú giật điện, anh trai Selena giật bàn tay không bị thương của mình lại. Anh ngồi thẳng lên một tí – hay đúng hơn là – bớt còng người đi một tí. Anh ta nhìn vào một vật nào đó ở phía đầu kia căn phòng. Một vẻ mơ màng lướt qua những nét lộn xộn trên gương mặt ấy. Anh đưa móng tay của ngón trỏ không bị thương vào khe giữa hai răng cửa, gẩy ra một mẩu thức ăn, rồi quay sang Ginnie. "Nhăm nhưa?" anh ta hỏi.

"Cái gì cơ?"

"Nhăm trưa chưa?"

Ginnie lắc đầu. "Về nhà em mới ăn," cô nói. "Mẹ luôn chuẩn bị sẵn bữa trưa cho em khi em về."

"Anh còn một nửa cái sandwich gà trong phòng. Muốn ăn không? Anh chưa đụng vào nó đâu."

"Thôi, em cảm ơn. Thật đấy."

"Em vừa chơi tennis mà, Chúa ơi. Không đói à?"

"Không phải thế," Ginnie nói, bắt tréo đôi chân mình. "Chỉ là mẹ em luôn chuẩn bị sẵn bữa trưa khi em về. Ý là, bà ấy sẽ phát điên nếu em không đói."

Anh trai Selena có vẻ chấp nhận lời giải thích này. Ít nhất thì anh ta cũng gật đầu và nhìn đi chỗ khác. Nhưng anh ta bỗng quay ngoắt lại. "Thế một cốc sữa thì sao?" anh hỏi.

"Thôi, em cảm ơn... Dù sao thì cũng cảm ơn anh."

Với vẻ lơ đãng, anh ta cúi người và gãi cổ chân để trần của mình. "Tên của cái thằng mà chị em sắp cưới là gì ấy nhỉ?"

"Ý anh là chị Joan á?" Ginnie nói. "Dick Heffner."

Anh trai Selena tiếp tục gãi cổ chân của mình.

"Anh ấy là một thiếu tá hải quân," Ginnie nói.

"Ghê đấy."

Ginnie cười khúc khích. Cô nhìn anh ta gãi cổ chân của mình đến khi nó đỏ lên. Khi anh ta bắt đầu lấy móng tay mà gãi một mảng ban nhỏ trên bắp chân, cô không nhìn nữa.

"Sao anh biết chị Joan?" cô hỏi. "Tại em chưa bao giờ thấy anh đến nhà."

"Chưa bao giờ đến cái nhà chết tiệt của em."

Ginnie đợi, nhưng chẳng thấy anh ta nói gì nữa. "Thế anh gặp chị ấy ở đâu?" cô hỏi.

"Tiệc," anh nói.

"Trong một bữa tiệc á? Khi nào?"

"*Ai* biết được. Giáng sinh, năm 42." Anh ta lấy hai ngón tay rút ra từ cái túi áo ngực pyjama của mình một điếu thuốc lá trông như thể đã bị nằm đè lên. "Ném cho anh mấy que diêm kia được không?" anh ta hỏi. Ginnie đưa cho anh chàng hộp diêm từ cái bàn bên cạnh cô. Anh ta châm điếu thuốc mà chẳng thèm uốn lại nó cho đỡ vẹo, rồi đặt lại que diêm dùng rồi vào trong hộp. Ngửa đầu ra đằng sau, anh ta chầm chậm nhả một lượng khói thuốc khổng lồ từ miệng rồi hít vào bằng đường mũi. Anh chàng tiếp tục hút "kiểu Pháp" như thế. Rất có thể, đây không phải là một phần chương trình biểu diễn tạp kỹ trên ghế sofa của một kẻ khoe mẽ, mà là một thành tựu bí mật, bị phơi bày của một chàng trai trẻ, người thỉnh thoảng thử cạo râu bằng tay trái.

"Tại sao Joan lại là một ả hợm hĩnh?" Ginnie hỏi.

"Tại sao á? Bởi vì cô ta là thế mà. Làm thế quái nào anh biết được tại sao?"

"Ừ, nhưng ý em là sao anh lại nói chị ấy thế?"

Anh ta chán nản quay sang cô. "Này nhé. Anh viết cho cô ta tám lá thư chết tiệt. *Tám*. Cô ta không hề trả lời lấy *một* lần."

Ginnie lưỡng lự. "Thì nhỡ đâu chị ấy bận?"

"Ừa. Bận. Có cái chết tiệt gì mà bận."

"Anh có nhất thiết phải *chửi thề* nhiều như thế không?" Ginnie hỏi.

"Có nhé, mẹ kiếp."

Ginnie cười khúc khích. "Thế anh biết chị em được bao lâu rồi?"

"Đủ lâu."

"Hừm, ý em là anh đã bao giờ gọi cho chị ấy chưa? Ý là anh chưa bao giờ gọi cho chị ấy hay sao?"

"Chưa."

"Ôi, Chúa ơi. Nếu anh chưa bao giờ gọi cho chị ấy thì..."

"Anh không thể, lạy Chúa!"

"Sao không?" Ginnie nói.

"Vì lúc đó không *ở* New York."

"Ô! Thế anh đã ở đâu?"

"Anh á? Ohio."

"Ồ, lúc đó anh học đại học à?"

"Không. Bỏ rồi."

"Ồ, lúc đó anh đi lính á?"

"Không." Bằng bàn tay cầm điếu thuốc của mình, anh trai Selena gõ vào bên ngực trái. "Bị tim," anh ta nói.

"Tim của anh á?" Ginnie nói. "Nó bị làm sao?"

"*Anh* không biết nó bị cái quái gì. Anh bị sốt thấp khớp từ khi còn bé. Phiền toái vãi..."

"Thế, không phải anh nên bỏ thuốc à? Ý em là, anh không được hút thuốc đâu đúng không? Bác sĩ bảo với..."

"À ha, họ thì bảo nhiều thứ rồi," anh nói.

Ginnie tạm thời ngừng lời. Nhưng chỉ chút xíu. "Anh làm gì ở Ohio?" cô hỏi.

"Anh á? Làm trong một cái xưởng máy bay chết giẫm."

"Thế á?" Ginnie nói. "Anh thích công việc đó không?"

"'Anh thích công việc đó không' á?" anh ta nhại. "Anh yêu nó chứ. Anh *thích mê* mấy cái máy bay. Chúng thật là *dễ thương*."

Ginnie đã bị cuốn vào câu chuyện đến độ chẳng thấy bị chế giễu nữa. "Anh làm ở đó bao lâu? Trong xưởng máy bay ấy?"

"*Anh* không biết, lạy Chúa. Ba mươi bảy tháng." Anh ta đứng dậy đi ra phía cửa sổ. Anh ta nhìn xuống con phố, gãi cột sống bằng ngón cái. "Trông họ mà xem," anh ta nói. "Toàn lũ khờ khạo chết giẫm."

"Ai cơ?" Ginnie hỏi.

"*Anh* không biết. Thằng nào cũng vậy."

"Ngón tay của anh sẽ chảy máu nhiều hơn nếu anh để nó xuôi *xuống* như thế," Ginnie nói.

Anh chàng nghe lời cô. Anh ta gác chân trái lên bệ cửa sổ và đặt bàn tay bị thương lên cái đùi vắt ngang. Anh vẫn cứ nhìn xuống phố. "Bọn họ đều đang đi tới ban tuyển quân," anh ta nói. "Lần tới chúng ta sẽ đánh nhau với bọn Eskimo đấy. Em biết chưa?"

"Ai cơ?" Ginnie nói.

"Bọn *Eskimo*... Dỏng cái tai lên, lạy Chúa."

"Sao lại là người Eskimo?"

"*Ai* biết. Làm thế quái nào mà *anh* biết được? Lần này tất cả những ông già sẽ phải đi. Mấy ông tầm sáu chục. Không tầm tuổi đấy thì không được đi," anh nói. "Chỉ cần bắt họ làm ít giờ hơn là được... Quá hay."

"Dẫu sao *anh* cũng không phải đi mà," Ginnie nói, chỉ định nói sự thật, nhưng chưa nói hết câu thì cô đã biết mình vạ mồm rồi.

"Anh biết," anh ta đáp nhanh, rồi để cái chân trên bệ cửa sổ xuống. Anh hé cửa sổ lên một chút và búng tàn thuốc xuống đường. Xong việc ở chỗ cửa sổ thì anh quay đi. "Ê, giúp anh cái này. Khi nào thằng kia đến, em nói với nó là vài giây nữa là anh xong? Anh chỉ cần cạo râu là xong. OK?"

Ginnie gật đầu.

"Em có muốn anh giục Selena hay gì không? Nó có biết em ở đây không?"

"Ồ, bạn ấy biết em ở đây," Ginnie nói. "Em không vội gì đâu. Cảm ơn anh."

Anh trai Selena gật đầu. Rồi anh ta ngắm nhìn ngón tay bị thương của mình một lần cuối cùng thật lâu, như thể để xem nó có khả năng sống sót về phòng hay không.

"Sao anh không dán băng y tế chỗ đó nhỉ? Chẳng nhẽ anh không có băng y tế hay sao?"

"Khồngg," anh nói. "Hầy. Yên tâm đi." Anh ta ra khỏi phòng.

Được vài giây, anh chàng quay lại, mang theo nửa cái bánh sandwich.

"Ăn đi," anh ta nói. "Ngon đấy."

"Thật mà, em không hề..."

"Cứ *cầm* đi, lạy Chúa. Anh không tẩm độc hay gì đâu."

Ginnie nhận lấy nửa cái bánh sandwich. "Ờm, cảm ơn anh nhiều," cô nói.

"Nhân thịt gà đấy," anh ta nói, đứng trước mặt cô, nhìn cô. "Anh mua tối qua ở cái quầy bán đồ chế biến sẵn chết giẫm."

"Trông rất ngon."

"Thế thì *ăn* đi."

Ginnie cắn một miếng.

"Ngon, nhỉ?"

Ginnie nuốt một cách khó khăn. "Rất," cô nói.

Anh trai Selena gật đầu. Anh ta nhìn lơ đãng quanh phòng, gãi gãi hõm ngực. "Hừm, anh nghĩ anh nên đi thay đồ... Chúa ơi! Giờ đã bấm chuông rồi. Cứ từ từ thôi!" Rồi anh ta đi mất.

Còn lại một mình, Ginnie ngồi đó, nhìn quanh, tìm một nơi thích hợp để vứt hoặc giấu cái bánh sandwich. Cô nghe thấy tiếng ai đi vào từ hành lang. Cô nhét cái bánh sandwich vào túi áo khoác polo của mình.

Một chàng trai trẻ trạc ba mươi, không thấp không cao, bước vào phòng. Những nét cân đối nơi anh ta, kiểu tóc cắt ngắn, kiểu cắt may của bộ âu phục, họa tiết trên cái cà vạt bằng lụa của anh chàng, thảy không cho biết một thông tin rõ ràng nào. Anh ta có thể là một nhân viên, hoặc đang cố gắng xin việc, cho một tạp chí tin tức nào đó.

Anh ta có thể vừa mới đóng trong một vở kịch đã hạ màn tại Philadelphia. Anh ta có thể làm trong một công ty luật.

"Chào em," anh chàng nói với Ginnie một cách thân thiện.

"Chào anh."

"Thấy Franklin không?" anh hỏi.

"Anh ấy đang cạo râu. Anh ấy dặn em bảo với anh là đợi anh ấy. Anh ấy sẽ ra ngay thôi."

"*Cạo râu*. Lạy trời." Chàng trai nhìn chiếc đồng hồ đeo tay của mình. Sau đó anh ngồi xuống cái ghế bành màu đỏ, bắt tréo chân và đưa tay ôm mặt. Như thể anh ta tính vốn rầu rĩ, hoặc là vừa mới bị mỏi mắt, anh ta dụi đôi mắt nhắm nghiền bằng những đầu ngón tay dài của mình. "Đây là một trong những buổi sáng tệ nhất trong cuộc đời anh," anh chàng nói, bỏ tay ra khỏi mặt. Anh ta nói chỉ bằng thanh quản, như thể đã quá mệt mỏi để thêm một tí hơi cơ hoành nào vào câu chữ của mình.

"Có chuyện gì thế?" Ginnie hỏi, nhìn anh ta.

"À... Chuyện dài lắm. Anh không bao giờ muốn làm phiền một người anh không quen." Anh ta nhìn vô định và chán nản về hướng cửa sổ. "Nhưng anh sẽ không bao giờ coi mình là một kẻ am hiểu dù chỉ *tí ti* bản chất con người nữa. Em có thể hoàn toàn tin lời này của anh."

"Có chuyện gì thế?" Ginnie nhắc lại.

"Ôi, lạy Chúa. Cái người ở chung căn hộ với anh hết tháng này sang tháng khác... Anh thậm chí còn chẳng muốn nói về anh ta.... Cái tên *nhà văn* ấy," anh chàng thêm vào với vẻ mãn nguyện, có vẻ đang nhớ lại một lời rủa yêu thích từ một tiểu thuyết nào đó của Hemingway.

"Anh ta đã làm gì thế?"

"Nói *thật* nhé, anh không nên kể chi tiết làm gì," chàng trai nói. Anh lấy một điếu thuốc lá từ bao thuốc của mình, lờ đi cái hộp giữ xì gà trong suốt trên bàn, và châm thuốc bằng bật lửa riêng. Bàn tay anh ta to. Chúng trông không khỏe khoắn, cũng không khéo léo hay nhạy cảm. Nhưng anh ta dùng chúng như thể chúng có một động lực thẩm mỹ riêng nào đấy không dễ điều khiển. "Anh đã quyết định là anh sẽ không thèm nghĩ về chuyện đó nữa. Chỉ có điều là anh rất bực mình," anh ta nói. "Ý anh là có một thằng oắt tệ hại từ Al*toon*a, Pennsylvania – hoặc *một* trong mấy chỗ đó. Rõ rằng là sắp *chết đói* đến nơi. Anh đã tốt bụng và *tử tế* đến độ – anh *đích thị* là một người Samari nhân đức mà – *mang* hắn ta về nhà, cái nhà nhỏ *tí* tị tì ti mà mỗi mình anh thôi còn khó đi qua đi lại. Anh giới thiệu hắn với *tất cả* các bạn bè mình. Cho hắn nhồi nhét *khắp* cả cái nhà với đống giấy tờ bản thảo kinh khủng đó, cả đầu lọc thuốc lá, và *củ cải*, đủ các thứ. *Giới* thiệu hắn ta với tất cả các đạo diễn kịch ở New York. *Chở* đống sơ mi bẩn của hắn ta đi đi về về tiệm giặt đồ. Thế rồi *cuối* cùng..." Chàng trai trẻ ngừng lời. "Thế rồi đáp lại tất cả lòng tốt và sự *tử* tế ấy," anh tiếp tục, "hắn ta đi khỏi nhà lúc năm hay sáu giờ sáng – chẳng để lại dù chỉ là một *mẩu* thư – mang theo tất cả những gì hắn ta có thể chạm đôi tay tanh tưởi bẩn thỉu của mình vào." Anh dừng lại để rít thuốc, và nhả khói ra bằng một luồng hơi mỏng, dài từ miệng. "Anh không muốn nói về chuyện này đâu. Anh thực sự không muốn." Anh ta nhìn sang Ginnie. "Anh thích cái áo khoác của em," anh ta nói, rời ghế của mình. Anh ta bước sang và vân vê ve áo khoác polo của Ginnie. "Đẹp đấy. Đây là thứ lông lạc đà *xịn* đầu tiên anh thấy từ hồi chiến tranh. Liệu anh có thể hỏi em mua nó ở đâu không?"

"Mẹ em mua ở Nassau."

Chàng trai trẻ gật gù nghĩ ngợi và quay về ghế của mình. "Đó là một trong số ít những nơi người ta có thể mua được lông lạc đà *thượng hạng*." Anh ta ngồi xuống. "Mẹ em ở đó lâu không?"

"Dạ?" Ginnie nói.

"Mẹ em ở đó có lâu không? Anh hỏi là vì mẹ *anh* xuống đó hồi tháng Mười hai. Và một quãng tháng Một nữa. *Bình* thường anh hay xuống đó với bà, nhưng năm nay lộn xộn đến nỗi anh chẳng thể đi đâu."

"Mẹ em xuống đó vào tháng Hai," Ginnie nói.

"Tuyệt. Mẹ em ở đâu? Em có biết không?"

"Với dì của em."

Anh chàng gật đầu. "Anh hỏi tên em được không? Em là bạn của em gái Franklin, đúng không?"

"Bọn em cùng lớp," Ginnie nói, chỉ trả lời câu hỏi thứ hai của anh ta.

"Em không phải *Maxine* nổi tiếng mà Selena hay kể chứ?"

"Không," Ginnie nói.

Chàng trai trẻ bỗng dưng bắt đầu xòe tay phủi gấu quần của mình. "Người anh toàn *lông chó* từ đầu đến chân," anh ta nói. "Mẹ anh đi Washington hết cuối tuần và gửi con thú của bà ấy ở căn hộ của *anh*. Nó thực ra khá dễ thương. Nhưng có mấy tật rất đáng ghét. Em nuôi chó không?"

"Không.'"

"Thực ra, anh nghĩ giữ chúng ở trong thành phố thì thật độc ác." Anh ta ngưng phủi quần, ngồi thẳng dậy và nhìn cái đồng hồ đeo tay một lần nữa. "Anh *chưa từng* thấy thằng kia đúng giờ một lần nào. Bọn anh sẽ đi xem 'Người Đẹp và Quái Vật' của Cocteau và đó *là* bộ phim mà em *cần* phải đến đúng giờ. Ý là, nếu em đến muộn, toàn bộ sự *quyến rũ* của nó sẽ biến mất. Em xem phim đó chưa?"

"Chưa."

"Ôi, em phải xem ấy! Anh đã xem được tám lần rồi. Thiên tài thuần túy tuyệt đối," anh ta nói. "Anh đã *cố* kéo Franklin đi xem phim đó mấy tháng trời rồi." Anh chàng lắc đầu ngán ngẩm. "Cái gu của nó. Hồi còn chiến tranh, bọn anh cùng làm việc ở một nơi kinh khủng, và cái thằng đó sẽ *khăng khăng* đòi kéo anh đi xem những bộ phim không tưởng nhất quả đất. Bọn anh xem phim găngxtơ, phim Viễn Tây, *nhạc kịch*..."

"Anh cũng làm ở xưởng máy bay à?" Ginnie hỏi.

"Lạy Chúa, ừ. Hết năm này qua năm khác. Làm ơn đừng nói về chuyện đó nữa."

"Anh cũng bị yếu tim à?"

"Trời ơi, không. Trộm vía." Anh ta gõ lên tay ghế hai lần. "Anh có thể trạng..."

Thấy Selena đi vào phòng, Ginnie đứng vụt dậy và đến gặp bạn giữa đường. Selena đã thay ra quần soóc và mặc váy dài, một điều bình thường sẽ làm Ginnie khó chịu.

"Mình xin lỗi vì đã bắt cậu phải đợi," Selena nói đầy giả tạo, "nhưng mình phải đợi mẹ mình thức dậy... Chào anh, Eric."

"Chào em!"

"Mình không cần số tiền đó nữa," Ginnie nói, hạ giọng xuống để chỉ một mình Selena nghe được.

"Gì cơ?"

"Mình nghĩ rồi, ý là cậu lần nào cũng mang bóng tennis đến còn gì. Mình đã quên mất điều đó."

"Nhưng cậu bảo là mình không mất tiền mua chúng..."

"Đưa mình ra cửa," Ginnie nói, rồi đi trước, không chào tạm biệt Eric.

"Nhưng mình tưởng cậu nói là cậu sẽ đi xem phim tối nay và cậu cần tiền còn gì!" Selena nói ngoài tiền sảnh.

"Mình quá mệt," Ginnie nói. Cô cúi xuống và cầm lấy mấy đồ tennis lặt vặt của mình. "Nghe này. Mình sẽ gọi điện cho cậu sau bữa tối. Cậu có việc gì đặc biệt tối nay không? Có lẽ mình sẽ sang chơi."

Selena nhìn chằm chằm và nói, "OK."

Ginnie mở cửa trước và đi bộ ra thang máy. Cô bấm chuông. "Mình đã gặp anh trai của cậu," cô nói.

"Thật á? Anh ấy kỳ, nhỉ?"

"Mà anh ấy làm gì thế?" Ginnie hỏi xã giao. "Anh có làm việc hay gì không?"

"Anh ấy vừa nghỉ làm. Ba muốn anh ấy quay lại đại học, nhưng anh ấy không đi."

"Sao không?"

"*Mình* không biết. Anh ấy bảo anh ấy quá già rồi."

"Anh ấy bao tuổi?"

"*Mình* không rõ. Hai tư."

Cửa thang máy mở ra. "Mình gọi cậu sau nhé!" Ginnie nói.

Ra khỏi tòa nhà, cô bắt đầu đi về phía tây đến Lexington để bắt xe buýt. Giữa phố 3 và phố Lexington, cô sờ trong túi áo khoác để lấy ví và thấy nửa cái bánh sandwich. Cô lấy nó ra và chực hạ tay để thả cái bánh xuống đường, nhưng thay vào đó cô nhét nó lại vào túi. Mấy năm trước, phải mất ba ngày cô mới có thể vứt đi con gà con Phục sinh mà cô thấy nằm chết trên đống mùn gỗ dưới đáy thùng rác của mình.

Người cười

Năm 1928, hồi lên chín, tôi, với *esprit de corps*[1] ở mức cao nhất, là thành viên của một tổ chức mang tên Hội Comanche[2]. Mỗi buổi chiều các ngày đi học trong tuần, lúc ba giờ, hai mươi lăm đứa Comanche bọn tôi được Tù trưởng đón ở ngoài lối ra của P. S. 165, trên phố 109 gần đại lộ Amsterdam. Chúng tôi sẽ chen chúc xô đẩy để ra được chỗ chiếc xe buýt đã cải tạo của Tù trưởng, và anh sẽ chở chúng tôi (theo thỏa thuận tài chính giữa anh với bố mẹ chúng tôi) tới công viên Trung tâm. Thời gian còn lại của buổi chiều, nếu thời tiết cho phép, chúng tôi sẽ chơi bóng đá, bóng bầu dục hoặc bóng chày, tùy vào mùa (nhưng cũng tùy tiện lắm). Chiều nào mưa, Tù trưởng luôn luôn đưa chúng tôi hoặc là tới bảo tàng Lịch sử Tự nhiên, hoặc tới bảo tàng Mỹ thuật Metropolitan.

---

1. Tiếng Pháp trong nguyên bản. Nghĩa là "tinh thần đồng đội".
2. Tên một bộ lạc người da đỏ sống ở phía bắc Đại bình nguyên Mỹ.

Vào thứ Bảy và hầu hết các ngày quốc lễ, Tù trưởng đón chúng tôi từ sáng sớm tại các chung cư có nhà chúng tôi, rồi, trên cái xe buýt nom lạc quẻ của mình, anh sẽ chở chúng tôi ra khỏi Manhattan để tới một chỗ nào đó tương đối thoáng đãng rộng rãi ở công viên Van Cortlandt hoặc Palisades. Nếu chúng tôi chủ đích chơi thể thao, chúng tôi đi Van Cortlandt, ở đó sân chơi có kích thước đúng chuẩn và đội phe kia không bao gồm xe nôi hoặc một bà già cáu kỉnh cầm can. Nếu những trái tim Comanche của chúng tôi hướng về cắm trại, chúng tôi đi Palisades và sống thử cuộc đời hoang dã ở đó. (Tôi nhớ một thứ Bảy nọ tôi bị lạc đâu đó trong quãng địa hình phức tạp nằm giữa biển hiệu Linit và khu đầu tây của cầu George Washington. Dẫu vậy tôi vẫn bình tĩnh. Tôi ngồi xuống chỗ bóng râm mênh mông của một cái biển quảng cáo khổng lồ, và dù nước mắt đầm đìa, vẫn mở hộp cơm trưa ra ăn, một nửa trong tôi vẫn tin Tù trưởng sẽ tìm thấy mình. Tù trưởng luôn tìm thấy chúng tôi.)

Những lúc được giải phóng khỏi đám Comanche chúng tôi, Tù trưởng sẽ là John Gedsudski, ở quận Staten Island. Anh ấy là một thanh niên dịu dàng, cực kỳ bẽn lẽn, tầm hai hai hoặc hai ba chi đó, sinh viên luật ở N.Y.U., tóm lại là một người đáng nhớ. Tôi sẽ không cố tập hợp cơ man những thành tựu và đức hạnh của anh ấy ở đây. Nói ngắn gọn thì anh là Hướng đạo sinh cấp Đại bàng[1],

1. Eagle Scout, cấp bậc cao nhất trong hội Nam Hướng đạo sinh.

cầu thủ cản phá nổi bật năm 1926, và người ta còn bảo anh đã được mời chào nhiệt tình tranh suất trong câu lạc bộ bóng chày New York Giants. Anh là một vị trọng tài công bằng và bình tĩnh trong mọi sự kiện thể thao hỗn loạn của chúng tôi, một bậc thầy nhóm lửa và dập lửa, và là một chuyên gia sơ cứu không chút khinh người. Mỗi đứa bọn tôi, từ đứa lưu manh bé nhất cho đến lớn nhất, đều yêu mến và kính trọng anh.

Ngoại hình của Tù trưởng hồi 1928 vẫn còn rõ mồn một trong tâm trí tôi. Nếu mà quy được số điều ước ra thước vóc, thì tất cả đám Comanche bọn tôi hẳn sẽ biến anh trở thành người khổng lồ trong phút chốc. Dẫu vậy, sự thể là anh là một người bè bè cao không quá mét sáu. Tóc anh màu đen hơi ngả xanh, đường chân tóc cực thấp, mũi thì to, nung núc, thân trên của anh thì dài vừa bằng đôi chân. Lúc anh mặc cái áo khoác gió bằng da thuộc, đôi vai anh trông rất mạnh mẽ, nhưng vẫn cứ là hẹp và xuôi. Tuy vậy, thỉnh thoảng tôi lại thấy ở Tù trưởng tất cả những nét ăn ảnh nhất của Buck Jones, Ken Maynard và Tom Mix được pha trộn trơn tru.

Mỗi buổi chiều, khi trời tối đến độ đội thua sẽ có cớ đổ vấy mỗi khi bắt hụt bóng cao hoặc bỏ lỡ cơ hội ghi điểm, đám Comanche chúng tôi chỉ biết trông cậy một cách hoàn toàn và ích kỷ, vào tài kể chuyện của Tù trưởng.

Vào tầm giờ đó, chúng tôi thường đã thành một lũ bứt rứt, phấn khích thái quá, và chúng tôi chiến nhau – hoặc bằng nắm đấm, hoặc bằng tiếng gào the thé – để chiếm lấy những chỗ gần Tù trưởng nhất trên xe buýt. (Cái xe có hai dãy song song toàn các ghế nhồi rơm. Dãy bên trái có thêm ba ghế nữa – là ba ghế xịn nhất – chúng xếp dài ra tới mặt bên người lái.) Tù trưởng chỉ lên xe khi nào chúng tôi dàn xếp xong chỗ ngồi. Rồi anh chỉnh cái ghế lái thụt ra sau, và bằng giọng nam cao mảnh nhưng nhấn nhá, anh sẽ kể cho chúng tôi phần tiếp theo của "Người Cười". Một khi anh bắt đầu kể, cảm giác hứng thú trong bọn tôi không bao giờ bớt đi một li. "Người Cười" là một truyện rất thích hợp với một Comanche. Thậm chí nó hẳn còn mang tầm cỡ kinh điển ấy chứ. Một câu chuyện có xu hướng lan man, ấy thế mà về cơ bản vẫn rất gọn. Ta lúc nào cũng có thể mang nó về nhà, ngẫm nghĩ về nó lúc ngồi trong bồn tắm đang cạn nước dần chẳng hạn.

Là đứa con duy nhất của một đôi vợ chồng truyền đạo giàu có, Người Cười đã bị một bọn cướp người Tàu bắt cóc lúc còn ẵm ngửa. Khi đôi vợ chồng truyền đạo giàu có kia từ chối (do vấn đề tín ngưỡng) trả tiền chuộc con, thì bọn cướp, hết sức tức giận, đã đặt đầu đứa trẻ vào một cái mỏ cặp làm mộc, rồi xoay trục chốt vài vòng về bên phải. Nạn nhân của trải nghiệm độc nhất này đã lớn lên với một cái đầu trọc lốc, hình quả hồ đào, và một cái mặt trên đó thay vì miệng thì lại có một cái lỗ ô van to đùng ngay dưới mũi. Cái mũi có hai lỗ bị thịt lấp kín. Thành thử mỗi khi Người Cười thở, thì cái lỗ gớm ghiếc, vô cảm bên dưới mũi sẽ nở ra co lại giống như (theo tưởng tượng của *tôi*) một cái không bào quái dị. (Tù trưởng tả chứ không giải thích cách hô hấp của Người Cười.) Người lạ sẽ ngất lịm ngay khi nhìn thấy gương mặt gây khiếp đảm của Người Cười. Người quen thì tránh xa hắn. Dẫu vậy, kỳ lạ là đám cướp lại để hắn được quanh quẩn ở hang ổ chúng – chừng nào hắn che cái mặt lại bằng một chiếc mặt nạ bằng the màu đỏ nhạt được làm từ cánh hoa anh túc. Chiếc mặt nạ không chỉ giúp bọn cướp khỏi phải nhìn mặt đứa con nuôi của chúng, mà nó còn giúp chúng biết được hắn đang ở chỗ nào; Người Cười lúc nào cũng nồng mùi nha phiến.

Mỗi buổi sáng, trong nỗi cô đơn cực độ, Người Cười sẽ lẻn ra (hắn ta đi lại uyển chuyển như mèo vậy) một khu rừng rậm bao quanh hang ổ của bọn cướp. Ở đó hắn đánh bạn với bất cứ loài động vật nào: chó, chuột bạch, đại bàng, sư tử, trăn, chó sói. Thậm chí, hắn còn cởi mặt nạ và nói chuyện với chúng, bằng một giọng êm ái, du dương, theo ngôn ngữ của chúng. Chúng chẳng thấy hắn xấu xí chi cả.

(Tù trưởng mất tầm hai tháng để kể được tới đoạn đó câu chuyện. Từ chỗ này trở đi, anh càng lúc càng trở nên tùy ý khó lường trong các phần mới, hoàn toàn khiến bọn Comanche chúng tôi mê tơi.)

Người Cười thích dỏng tai nghe ngóng, và chẳng mấy chốc hắn đã nắm được những bí mật nhà nghề giá trị nhất của bọn cướp. Dẫu vậy, hắn chẳng coi trọng mấy cái đó lắm, và hắn nhanh chóng tự tạo ra một hệ thống hiệu quả hơn của riêng hắn. Ban đầu là ở quy mô nhỏ, hắn bắt đầu kiếm ăn tự do quanh quẩn trong nông thôn Trung Quốc, chỉ cướp bóc, chặn xe, giết người những khi không tránh khỏi. Chẳng mấy chốc những phép làm ăn bất lương nhưng lại tài tình của hắn, hợp thêm với việc hắn rất thích chơi đẹp, đã khiến hắn có được một chỗ ấm áp trong trái tim quốc dân. Lạ lùng thay, những kẻ nuôi nấng hắn (tức đám cướp đã khiến đời hắn rẽ vào ngả bất lương) lại là những người cuối cùng nghe phong thanh về thành tựu của hắn. Biết được rồi thì chúng ghen tị muốn phát điên. Một đêm nọ chúng xếp hàng tới giường Người Cười, nghĩ rằng chúng đã bỏ thuốc thành công làm hắn ngủ say mê mệt, rồi bọn chúng cầm rựa mà đâm chém vào cái hình người nằm dưới chăn. Nạn nhân té ra lại là mẹ của tên cướp thủ lĩnh – một mụ đáng ghét, nhiễu sự. Sự kiện ấy chỉ càng làm sôi sục cơn khát máu của toán cướp với Người Cười, và rốt cuộc hắn buộc phải nhốt cả đám lại trong một cái lăng nằm sâu dưới đất, nhưng được trang hoàng khá đẹp. Bọn chúng thỉnh thoảng lại trốn thoát và gây khá nhiều phiền phức cho hắn, nhưng hắn nhất quyết không giết chúng. (Tính cách của Người Cười có một nét trắc ẩn khiến tôi phát điên.)

Chẳng mấy chốc Người Cười thường xuyên vượt biên giới Trung Quốc để tới Paris, Pháp, ở đó hắn hưởng cái thú phô trương thiên tư siêu việt mà khiêm nhường của hắn trước mặt Marcel Dufarge, một thám tử nổi danh quốc tế, một con bệnh lao phổi rất nhanh trí. Dufarge và con gái ông ta (một cô gái thanh tú, dẫu có hơi thích đảo trang) đã trở thành những kẻ tử địch của Người Cười. Hết lần này đến lần khác, họ đã thử nhử Người Cười vào bẫy. Người Cười thường đi theo họ nửa đường, thuần túy để giải trí, rồi biến mất không tăm tích, hầu như chẳng để lại một dấu hiệu nào khả dĩ về phép đào thoát của hắn. Thỉnh thoảng hắn lại thả một lá thư tạm biệt khá chua cay vào hệ thống cống ngầm ở Paris, và lá thư ấy được chuyển mau chóng tới chân Dufarge. Bố con Dufarge đã tốn không biết bao nhiêu thời gian sục sạo khắp các cống rãnh ở Paris.

Chẳng mấy mà Người Cười đã tích lũy được một gia sản lớn nhất trần đời. Phần lớn chỗ đó hắn quyên ẩn danh cho các tu sĩ thuộc một tu viện địa phương – những thầy tu khổ hạnh khiêm nhường dành cả đời mình để nuôi cảnh khuyển Đức. Phần tài sản còn lại, Người Cười đổi hết ra kim cương, rồi hắn bình thản thả hết xuống Biển Đen, trong những căn hầm lục bảo. Hắn ít nhu cầu cá nhân lắm. Hằng ngày hắn ăn đúng hai món là cơm và máu đại bàng, trong một cái nhà gianh nhỏ có phòng tập và trường bắn ngầm, trên bờ biển nhiều giông bão thuộc

Tây Tạng. Có bốn đồng bọn trung thành mù quáng sống với hắn: một con sói lông xám liến thoắng tên là Cánh Đen, một người lùn dễ mến tên là Omba, một người Mông Cổ khổng lồ tên là Hong, anh này đã bị người da trắng đốt mất lưỡi, và còn một cô gái lai Á-Âu thuộc hàng tuyệt thế mỹ nhân, mà vì tình yêu không mong đáp lại của mình với Người Cười, cùng sự quan tâm ghê gớm tới an toàn của hắn, thỉnh thoảng cô lại có thái độ khó chịu với những nghề bất lương. Người Cười ra lệnh cho bề tôi của hắn qua một tấm bình phong lụa đen. Ngay cả Omba, người lùn dễ mến, cũng không được phép thấy mặt hắn.

Tôi không định nói là sẽ làm đâu, nhưng tôi hoàn toàn có thể bỏ hàng giờ liền để đưa độc giả – cưỡng bức, nếu cần – qua lại biên giới Paris-Trung Quốc. Tôi coi Người Cười như một kiểu tổ tiên siêu-lỗi-lạc của mình – kiểu như Robert E. Lee ấy, với các phẩm chất đặc biệt truyền trong dòng họ. Và cái ảo tưởng này vẫn còn điều độ lắm nếu so với cái ảo tưởng của tôi vào năm 1928, khi tôi coi bản thân mình không chỉ là con cháu trực hệ của Người Cười, mà còn lại hậu duệ chính thống duy nhất của hắn. Hồi năm 1928 ấy tôi còn chẳng phải con trai của bố mẹ tôi, mà chỉ là một kẻ mạo danh khéo léo tột cùng, chỉ chờ một sai lầm nhỏ nhất của họ, lấy đó làm cớ – không bạo lực thì tốt, nhưng nếu cần thì đành vậy – mà đòi lại cái danh tính đích thực của tôi. Để không làm bà mẹ hờ của tôi đau khổ, tôi đã trù tính cho bà dự vào công việc thế giới ngầm của tôi, để bà đảm nhiệm một vai trò chưa xác định nhưng chắc chắn là phải tầm cỡ hoàng tộc. Nhưng việc *chủ yếu* mà tôi phải làm trong năm 1928 là thận trọng. Ngớ ngẩn mấy cũng phải hùa theo. Đánh răng. Chải đầu. Bằng mọi giá tôi phải kìm lại tiếng cười ghê tai bẩm sinh của mình.

Kỳ thực, tôi chẳng phải là hậu duệ chính thức duy nhất còn sống của Người Cười. Có hai mươi lăm thằng Comanche trong hội, thì cũng có hai mươi lăm hậu duệ chính thức còn sống của Người Cười – tất cả lũ chúng tôi len lỏi khắp thành phố, che giấu danh tính, hiện thân điềm gở, xem các nhân viên thang máy là kẻ thù không đội trời chung tiềm năng, thì thầm khóe miệng những mệnh lệnh trơn tru với lũ chó tai dài, lấy ngón trỏ mà nhắm vào trán giáo viên môn số học. Và chúng tôi luôn chờ đợi, đợi một cơ hội thích hợp để gây nỗi khiếp đảm và ngưỡng mộ trong tim kẻ phàm nhân gần nhất.

Một chiều tháng Hai, ngay sau khi mùa bóng chày Comanche khai mạc, tôi để ý thấy một món đồ mới trên xe buýt của Tù trưởng. Ở trên gương chiếu hậu bên trên kính trước, có một bức ảnh nhỏ đóng khung chụp một cô gái mặc đồ lễ tốt nghiệp. Tôi cảm thấy bức hình cô gái ấy dường như đập nhau chan chát với lối đề co thuần nam giới trong chiếc xe buýt, và tôi hỏi thẳng Tù trưởng xem cô ấy là ai. Đầu tiên anh thoái thác, nhưng rốt cuộc cũng thừa nhận đấy là một cô gái. Tôi hỏi cô tên gì. Anh ngần ngừ đáp, "Mary Hudson." Tôi hỏi có phải cô ấy ở trong phim hay thế nào. Anh bảo không phải, mà cô ấy từng đi học ở trường đại học Wellesley. Anh đế thêm, sau khi ngẫm nghĩ một lúc lâu, rằng trường Wellesley là một trường rất thượng lưu. Tôi hỏi anh để ảnh của cô ấy trên xe *buýt* để làm gì vậy. Anh hơi nhún vai, mà trong mắt tôi thì đấy là một sự ngụ ý rằng anh ít nhiều đã bị gài cho bức hình này.

Trong tuần tiếp theo, bức ảnh – dù nó được gài vào Tù trưởng một cách tình cờ hay cưỡng ép – vẫn cứ yên vị trên xe buýt. Nó không bị ném đi cùng những vỏ thanh sô cô la và sợi kẹo cam thảo rơi xuống sàn. Tuy vậy, đám Comanche bọn tôi cũng quen với bức ảnh. Dần dà nó cũng chẳng thu hút chú ý hơn cái đồng hồ tốc độ là mấy.

Nhưng một ngày nọ, khi chúng tôi đang trên đường tới công viên, Tù trưởng đánh xe vào vỉa hè đại lộ 5 gần đường 60, đi quá sân bóng chày của chúng tôi đến nửa dặm. Hai chục tài xế ghế sau nhất tề đòi giải thích, nhưng Tù trưởng chẳng nói gì hết. Thay vào đó anh cứ thế chuyển sang tư thế kể chuyện, hấp tấp nhảy luôn vào một phần mới tinh về "Người Cười". Tuy vậy, anh vừa bắt đầu thì có người gõ cửa xe buýt. Hôm đó phản xạ của Tù trưởng được đẩy lên cao hết cỡ. Anh đúng nghĩa là xồng xộc trên ghế, giật mạnh cần điều khiển cửa, và một cô gái mặc áo khoác lông hải ly trèo lên xe buýt.

Đại khái tôi nhớ trong đời mình đã gặp được ba cô gái mà chỉ qua cái nhìn đầu tiên tôi đã thấy ngay là có một vẻ đẹp diễm tuyệt bất khả xếp loại. Một người là cô gái mảnh khảnh mặc bộ đồ tắm đen đã khá chật vật để dựng cái ô màu cam trên bãi biển Jones, tầm năm 1936. Người thứ hai là một cô đáp tàu du lịch Caribe năm 1939, cô này đã ném cái bật lửa vào một con cá heo. Và người thứ ba là bạn gái Tù trưởng, Mary Hudson.

"Em có tới muộn lắm không?" cô hỏi Tù trưởng, mỉm cười với anh.

Hỏi thế thì cũng bằng hỏi nom cô có xấu không.

"Không đâu!" Tù trưởng nói. Hơi lóng ngóng, anh nhìn đám Comanche ngồi gần mình, ra hiệu cho bọn nó tránh ra. Mary Hudson ngồi xuống giữa tôi và một thằng tên Edgar gì đó, mà bạn thân của bác nó là một tay buôn rượu lậu. Chúng tôi nhường cho cô ngồi rộng rãi hết mức. Rồi chiếc xe buýt khởi hành với một cú tròng trành như thể tài xế non tay. Đám Comanche chúng tôi đứa nào đứa nấy im thin thít.

Trên đường quay lại chỗ đỗ xe thường lệ của chúng tôi, Mary Hudson rướn người ra trước trên ghế cô rồi sôi nổi kể cho Tù trưởng về những chuyến tàu cô bỏ lỡ và những chuyến tàu cô kịp lên; cô sống ở Douglaston, Long Island. Tù trưởng trông bồn chồn lắm. Anh không chỉ chịu chết chẳng góp được lời nào; anh còn không nghe thủng chuyện của cô nữa. Tôi nhớ anh còn làm rụng cả cái núm cần số.

Lúc chúng tôi xuống xe, Mary Hudson bám dính lấy bọn tôi ngay. Tôi khá chắc là đến lúc chúng tôi tới được sân bóng chày, thì trên mặt mỗi thằng Comanche đã có cái vẻ vài-đứa-con-gái-không-biết-lúc-nào-thì-nên-về-nhà. Và để hoàn thành công cuộc xáo động ấy, khi tôi và một thằng Comanche nữa đang tung đồng xu để xem đội nào cầm sân trước, Mary Hudson hăm hở trình bày nguyện vọng muốn chơi cùng. Câu trả lời thật chẳng thể nào rõ ràng hơn. Nếu lúc trước chúng tôi chỉ đơn thuần nhìn cái nữ tính của cô thôi, thì giờ chúng tôi bực bội nhìn nó trừng trừng. Cô mỉm cười với chúng tôi. Thật là rối tung cả lên. Thế rồi Tù trưởng liền đứng ra, vạch ra cái thiếu sót thiên bẩm mà lúc trước được giấu rất khéo. Anh kéo Mary Hudson sang một bên, vừa đủ ngoài tầm nghe của đám Comanche, và có vẻ đang giải thích với cô bằng một vẻ nghiêm nghị, có lý lẽ. Hồi lâu, Mary Hudson ngắt lời anh, và giọng cô vọng đến chỗ đám Comanche nghe rõ mồn một. "Nhưng em *muốn*," cô nói. "Em cũng muốn chơi!" Tù trưởng gật đầu và cố thuyết phục lần nữa. Anh chỉ về hướng khoảng sân trong, đất ở đấy sũng nước, lại nhiều ổ. Anh nhặt lên một cái gậy bóng chày tiêu chuẩn và chỉ cho cô trọng lượng của nó. "Em không cần biết," Mary Hudson nói nghe rõ lắm. "Em đã phải đi đến tận

New York – đến chỗ nha sĩ các kiểu – và em sẽ chơi." Tù trưởng lại gật đầu, nhưng là đầu hàng. Anh thận trọng bước về phía gôn nhà, ở đó đội Can Đảm và đội Chiến Binh đang đợi, và anh nhìn tôi. Tôi là đội trưởng đội Chiến Binh. Anh nhắc đến tên đứa đứng vị trí giữa ngoài trong đội tôi, thằng đấy ốm nên nghỉ ở nhà, rồi anh bảo Mary Hudson sẽ chơi vị trí ấy. Tôi bảo đội không cần vị trí giữa ngoài. Tù trưởng hỏi tôi rằng tôi bảo không cần vị trí giữa ngoài là có ý chết tiệt gì vậy. Tôi bị sốc. Đấy là lần đầu tiên tôi nghe Tù trưởng chửi thề. Hơn nữa, tôi có thể cảm thấy Mary Hudson mỉm cười với tôi. Để bình tĩnh lại, tôi nhặt một hòn đá và ném nó vào một cái cây.

Chúng tôi cầm sân trước. Ở lượt bóng đầu tiên, vị trí giữa ngoài không có việc gì đến tay cả. Ở vị trí chốt gôn một, tôi thỉnh thoảng lại liếc ra sau. Mỗi lần làm thế, Mary Hudson lại hớn hở vẫy tay với tôi. Cô ấy đeo một cái găng đón bóng, bởi vì cô thích thế. Thật là một cảnh tượng hãi hùng.

Mary Hudson đánh quả thứ chín trong đội Chiến Binh. Khi tôi nói với cô về thứ tự đánh như thế, mặt cô xị ra, rồi cô nói, "Ừ, thế thì nhanh *lên*." Và thực tế là chúng tôi cũng tỏ ra vội hơn thật. Cô ấy được đánh trong lượt bóng đầu tiên. Cô cởi cái áo khoác lông hải ly – cả cái găng đón bóng nữa – rồi tiến về phía gôn trong một cái váy màu nâu sậm. Khi tôi đưa cô cái gậy, cô hỏi sao mà nó *nặng* thế. Tù trưởng rời vị trí trọng tài của anh sau vị trí ném bóng và đi tới với vẻ lo lắng. Anh chỉ cho Mary Hudson cách tựa đầu cây gậy lên vai phải. "Em làm rồi còn gì," cô nói. Anh bảo cô đừng siết gậy chặt quá. "Em không có làm thế," cô nói. Anh bảo cô tập trung nhìn quả bóng. "Em biết rồi," cô nói. "Tránh ra *đi*." Cô vung rất mạnh vào quả bóng đầu tiên được ném tới, và đánh nó bay qua đầu thằng đứng vị trí trái ngoài. Thông thường một cú như thế là đủ chạy đến gôn hai, nhưng Mary Hudson chạy được đến tận gôn ba – rồi đứng ở đó.

Khi nỗi ngạc nhiên của tôi đã vơi bớt, rồi đến nỗi kinh sợ, rồi đến cảm giác sung sướng, tôi liền nhìn về phía Tù trưởng. Trông anh không giống như đang đứng sau thằng ném bóng, mà giống bồng bềnh lơ lửng sau nó hơn. Anh là một người hoàn toàn hạnh phúc. Từ gôn ba, Mary Hudson vẫy tay với tôi. Tôi vẫy lại. Tôi không thể ngăn mình làm thế, ngay cả khi tôi không muốn. Ngoài vụ biết đánh bóng, cô còn là một cô gái biết vẫy người khác từ gôn ba.

Thời gian còn lại của trận đấu, lần nào đánh bóng cô cũng chạy về được gôn. Vì lý do nào đó, dường như cô ghét gôn *một* lắm; không bao giờ cô dừng lại ở đó. Ít nhất ba lần cô chiếm gôn hai.

Vụ chặn bóng ném trả của cô thì lại quá tệ, nhưng phải qua rất nhiều lượt thì chúng tôi mới nghiêm túc để ý chuyện đó. Tôi nghĩ tình hình sẽ được cải thiện nếu cô đừng dùng cái găng tay bắt bóng[1]. Nhưng cô không chịu cởi nó ra. Cô bảo nó dễ thương lắm.

Trong tháng tiếp theo, cô chơi bóng chày với đám Comanche chúng tôi đôi lần mỗi tuần (rõ là bất cứ khi nào cô có hẹn với nha sĩ). Có những buổi chiều cô bắt xe buýt đúng giờ, cũng có những buổi cô đến muộn. Thỉnh thoảng cô nói huyên thuyên trên xe, thỉnh thoảng cô chỉ ngồi và hút mấy điếu Herbert Tareyton (loại đầu lọc bẩn). Ngồi cạnh cô ở trên xe buýt, ta có thể ngửi thấy một mùi hương tuyệt vời.

Một ngày hiu hắt tháng Tư, sau khi đón chúng tôi như thường lệ vào lúc ba giờ ở đường 109 và Amsterdam, Tù trưởng lái chiếc xe buýt đông đúc về phía đông tới đường 110, rồi đi rà rà dọc đại lộ 5. Nhưng hôm nay tóc anh chải bóng mượt, anh mặc áo khoác ngoài thay vì cái áo gió bằng da, và tôi suy đoán rằng hôm nay là ngày Mary Hudson sẽ nhập bọn với chúng tôi. Khi chúng tôi phóng qua lối quen thuộc vào công viên, tôi khá chắc chắn chuyện đó. Tù trưởng đỗ xe buýt ở góc đường 60 rất phù hợp với dịp này. Rồi, để giúp đám Comanche chúng tôi giết thời gian một cách vui vẻ, anh đẩy cái ghế ra đằng sau và bắt đầu kể

1. Tức "catcher's mitt". Mỗi vị trí trên sân bóng chày lại yêu cầu một loại găng phù hợp.

một kỳ mới về "Người Cười". Tôi nhớ từng chi tiết nhỏ của kỳ truyện này, và tôi phải kể sơ lược về nó đã.

Một loạt các sự kiện bất ngờ đã khiến bạn thân nhất của Người Cười, con sói lông xám tên là Cánh Đen, bị rơi vào một cái bẫy cả về thể xác lẫn tinh thần của bố con Dufarge. Biết được Người Cười là kẻ rất coi trọng lòng trung nghĩa, bố con Dufarge đã đề nghị trả tự do cho Cánh Đen, đổi lại thì Người Cười phải tự nộp mình. Theo cách thành thật nhất trần đời, Người Cười đã đồng ý với những điều khoản đó. (Một vài cơ chế nhỏ trong đầu óc kỳ tài của hắn lại hay gặp phải những hỏng hóc nho nhỏ bí ẩn.) Theo sắp xếp, Người Cười sẽ gặp bố con Dufarge lúc nửa đêm tại một khu vực được chỉ định trong khu rừng rậm vây ngoài Paris, và ở đó, dưới ánh trăng, Cánh Đen sẽ được thả tự do. Tuy nhiên, bố con Dufarge lại không hề có ý thả tự do cho Cánh Đen, kẻ mà bọn họ sợ hãi và căm ghét. Vào đêm trao đổi, họ sẽ dắt đến một con chó sói xám giả mạo Cánh Đen, trước đó đã nhuộm chân sau bên trái của nó thành màu trắng tuyết cho giống chân Cánh Đen.

Thế nhưng có hai việc mà bố con Dufarge không lường đến: sự đa cảm của Người Cười, và việc hắn tinh thông ngôn ngữ loài sói xám. Ngay khi hắn để cho con gái Dufarge lấy dây thép gai trói mình vào một cái cây, Người Cười cảm thấy một thôi thúc cất lên giọng nói đẹp và du dương của hắn để nói đôi lời vĩnh biệt với kẻ mà hắn nghĩ là bạn của mình. Con sói giả mạo, đứng cách đó vài thước dưới ánh trăng soi, bị ấn tượng bởi sự tinh thông tiếng sói của kẻ kia, và lễ phép lắng nghe lời dặn dò phút chót, cả về riêng tư lẫn công việc, của Người Cười. Dẫu vậy, hồi lâu sau con sói giả trở nên sốt ruột và bắt đầu đổi chân nọ sang chân kia. Rồi đột ngột, và với vẻ khá khó chịu, nó ngắt lời Người Cười mà tiết lộ rằng trước tiên, tên nó không phải là Cánh Đen hay Cánh Tối hay Chân Xám hay bất cứ tên nào kiểu vậy, mà là Armand, và thứ hai, từ lúc sinh ra đến giờ nó chưa từng đến Trung Quốc và cũng chẳng hề có chút ý định tới đó.

Nổi giận một cách chính đáng, Người Cười liền lấy lưỡi mà gỡ cái mặt nạ của hắn và đối diện với bố con Dufarge bằng gương mặt đáng sợ của mình dưới ánh trăng. Cô Dufarge tức khắc bất tỉnh. Ông bố thì may mắn hơn. Tình cờ ông ta bị trúng một cơn ho rũ rượi lúc ấy và nhờ thế mà tránh khỏi màn lộ mặt chết người đó. Khi cơn ho dứt, ông thấy con gái nằm thẳng cẳng trên mặt đất dãi trăng, Dufarge liền đoán ra ngay sự tình. Lấy tay che mắt, ông rút súng tự động bắn trọn băng về phía có tiếng thở hổn hển rít lên của Người Cười.

Kỳ truyện kết thúc ở đó.

Tù trưởng rút cái đồng hồ Ingersoll một đô ra khỏi túi, nhòm vào đó, rồi quay mình trên ghế nhìn về trước và khởi động động cơ. Tôi ngó đồng hồ mình. Đã gần bốn rưỡi. Khi chiếc xe lăn bánh, tôi hỏi Tù trưởng là anh không đợi Mary Hudson à. Anh không trả lời tôi, và trước khi tôi hỏi lại câu ấy, anh ngửa đầu ra sau và nói với tất cả bọn tôi: “Làm ơn cho một chút yên lặng trên cái xe buýt chết tiệt này đi.” Nhìn cách nào đi nữa thì cũng thấy mệnh lệnh đó về cơ bản là hoàn toàn vô lý. Trên xe nãy giờ vẫn rất yên lặng. Hầu như đứa nào cũng đang nghĩ về cái đoạn dở dang trong câu chuyện Người Cười. Chúng tôi từ lâu không còn *lo lắng* cho hắn ta nữa – chúng tôi tin tưởng vào hắn lắm – nhưng chúng tôi vẫn chưa qua đến giai đoạn đón nhận những thời khắc hiểm nghèo nhất của hắn một cách bình thản.

Trong lượt đấu thứ ba hay thứ tư gì đó của trận bóng chiều hôm ấy, tôi đang đứng ở gôn một thì nhìn thấy Mary Hudson. Cô đang ngồi trên băng ghế về bên trái tôi chừng trăm mét, kẹp giữa hai cô bảo mẫu đẩy theo xe nôi. Cô lại mặc chiếc áo khoác lông hải ly, đang hút một điếu thuốc và có vẻ như đang nhìn tới chỗ chúng tôi chơi. Tôi phấn khởi về phát hiện của mình và hét lên báo cho Tù trưởng đang đứng sau người phát bóng. Anh vội tới chỗ tôi, nhưng cũng không phải chạy. “Đâu?” anh hỏi tôi. Tôi trỏ cho anh ấy. Anh nhìn đăm đăm một lúc về hướng ấy, rồi bảo một phút nữa anh sẽ quay lại và rời sân. Anh rời sân một cách từ tốn, mở áo khoác ngoài, tay đút vào túi hông quần. Tôi ngồi bệt xuống ở gôn một và quan sát. Đến khi Tù trưởng tới chỗ Mary Hudson, áo khoác của anh đã cài nút, tay anh buông bên mình.

Anh đứng sát cô chừng năm phút, rõ là đang nói chuyện với cô. Rồi Mary Hudson đứng dậy, hai người bọn họ đi bộ về phía sân bóng chày. Lúc đi họ không nói, cũng không nhìn nhau. Khi tới sân, Tù trưởng lại về đứng ở đằng sau người ném. Tôi gào tướng lên về phía anh. "Chị ấy không chơi à?" Anh bảo tôi che chốt của mình đi. Tôi che chốt và nhìn Mary Hudson. Cô chậm rãi đi bộ đằng sau gôn nhà, tay đút túi áo khoác lông hải ly, rồi cuối cùng ngồi xuống một cái ghế băng đặt không đúng chỗ, ở ngay ngoài gôn ba. Cô châm một điếu nữa rồi vắt tréo chân.

Khi đội Chiến Binh tới lượt đánh, tôi đi tới chỗ ghế cô ngồi, hỏi cô có muốn chơi sân trái không. Cô lắc đầu. Tôi hỏi có phải cô bị cảm không. Cô lại lắc đầu. Tôi bảo cô tôi đang không có ai đứng sân trái. Tôi bảo cô là tôi có một thằng chơi vị trí giữa sân *và* trái sân. Không một câu đáp trước thông tin đó. Tôi tung cái găng chốt một của mình lên không trung, cố nhắm để nó rơi xuống đầu mình, nhưng nó lại rơi xuống một vũng bùn. Tôi chùi nó vào quần rồi hỏi Mary Hudson xem cô có muốn tới nhà tôi ăn tối không. Tôi bảo cô Tù trưởng hay đến lắm. "Để chị yên," cô nói. "Làm ơn để chị yên." Tôi nhìn cô chằm chằm, rồi rảo bộ về phía ghế băng của đội Chiến Binh, móc trong túi ra một quả quýt rồi tung nó lên không trung. Đi được nửa đường dọc theo vạch biên gôn ba, tôi quay lại và bắt đầu đi lùi, vừa nhìn Mary Hudson vừa cầm quả quýt. Tôi không biết chuyện gì đang xảy ra giữa Tù trưởng và Mary Hudson (và đến giờ vẫn chỉ biết ở một mức độ mơ hồ của trực giác), nhưng dẫu vậy, tôi thấy một cách không thể chắc chắn hơn, rằng Mary Hudson đã vĩnh viễn từ bỏ đội ngũ Comanche. Dù chẳng phụ thuộc vào tổng gộp các dữ kiện, thì đấy vẫn là một sự chắc chắn hoàn toàn mà có thể khiến cho việc đi lùi trở nên nguy hiểm hơn thường lệ, và tôi va cái rầm vào một chiếc xe nôi.

Sau một lượt đấu nữa, trời tối dần khiến chẳng ai nhìn rõ bóng nữa. Chúng tôi dừng trận đấu, bắt đầu thu lượm đồ của mình. Lần cuối cùng tôi nhìn Mary Hudson, cô đang ngồi gần gôn ba và khóc. Tù trưởng nắm lấy tay áo của chiếc áo khoác lông hải ly của cô, nhưng cô bứt khỏi anh. Cô chạy khỏi sân, lên con đường xi măng, rồi cứ chạy mãi cho đến khi tôi không nhìn thấy cô nữa. Tù trưởng không đi theo cô. Anh chỉ đứng đó nhìn cô biến mất. Rồi anh quay lại và đi bộ về gôn nhà và nhặt hai chiếc gậy của chúng tôi; chúng tôi luôn để gậy lại để anh mang. Tôi đi tới chỗ anh, hỏi xem có phải anh và Mary Hudson cãi nhau không. Anh bảo tôi sơ vin vào đi.

Như mọi khi, đám Comanche chúng tôi chạy nốt vài trăm mét tới chỗ đậu xe buýt, hò hét, xô đẩy, kẹp cổ nhau, nhưng tất cả chúng tôi đều hiểu rõ rằng đã đến giờ kể chuyện "Người Cười". Lúc chạy qua đại lộ 5, ai đó vứt một cái áo dư hoặc bỏ đi xuống đường, tôi vấp phải nó và ngã lăn chiêng. Tôi chạy nốt đoạn cuối tới xe buýt, nhưng tới nơi thì mấy ghế đẹp nhất đã bị chiếm, tôi đành ngồi ở giữa xe. Bực bội vì tình cảnh ấy, tôi lấy cùi chỏ thúc vào sườn thằng ngồi bên phải tôi một cái, rồi nhìn ra ngoài thấy Tù trưởng đang băng qua đại lộ 5. Trời vẫn chưa tối hẳn, nhưng đã có cái vẻ nhập nhoạng của lúc năm giờ mười lăm. Tù trưởng băng qua phố, cổ áo khoác dựng lên, đôi gậy kẹp dưới tay trái, sự tập trung dồn cả vào con phố. Mái tóc đen của anh, sáng ngày ra được chải mượt, bóng, thì giờ đã khô và rối. Tôi nhớ đã ước Tù trưởng có găng tay.

Như thường lệ, xe buýt rất yên lặng khi anh bước lên – dẫu sao cũng im lặng tương tự trong một cái rạp đã tắt đèn. Đứa nào còn nói dở chuyện thì sẽ vội thì thầm cho hết, hoặc im lặng hoàn toàn luôn. Dẫu vậy, điều đầu tiên Tù trưởng nói với chúng tôi là "Được rồi, không ồn ào nữa, không thì khỏi kể chuyện." Tức khắc, một sự im lặng vô điều kiện ngập tràn chiếc xe, khiến cho Tù trưởng không còn nước nào khác ngoài việc vào tư thế kể chuyện. Làm thế rồi, anh lại lấy ra một chiếc khăn tay và cẩn thận xì mũi, mỗi lần một bên. Chúng tôi kiên nhẫn nhìn anh, thậm chí còn cảm thấy chút thích thú của kẻ quan sát. Khi đã xì mũi xong, anh gấp khăn gọn gàng làm tư, rồi đặt lại nó vào túi. Rồi anh kể cho chúng tôi kỳ mới về "Người Cười". Từ đầu chí cuối, câu chuyện chỉ kéo dài không quá năm phút.

Bốn viên đạn của Dufarge bắn trúng Người Cười, hai viên xuyên tim. Khi Dufarge, vẫn đang che mắt để không nhìn thấy mặt Người Cười, nghe thấy một tiếng thở đau đớn quái lạ từ phía kẻ địch, ông vui mừng khôn xiết. Trái tim đen tối của ông đập rộn, ông lao tới chỗ đứa con gái bất tỉnh và cố làm nó tỉnh lại. Hai người bọn họ, giờ ngập tràn niềm khoái trá và can đảm của kẻ hèn nhát, đã dám nhìn thẳng vào Người Cười. Đầu hắn cúi xuống như đã chết, cằm tựa vào cái ngực đầy máu. Chầm chậm, thèm khát, hai bố con tiến tới xem xét chiến lợi phẩm của họ. Nhưng một bất ngờ đang chờ đợi cả hai. Người Cười vẫn chưa chết, mà đang mải siết cơ bụng mình theo một lối bí mật. Khi bố con Dufarge vào đúng tầm, hắn đột ngột ngước mặt lên, phát ra một tiếng cười kinh khủng, rồi hết sức gọn gàng, thậm chí là tỉ mẩn, hất lại bốn viên đạn bắn trúng hắn. Ngón đòn hiểm này tác động tới bố con Dufarge dữ dội tới mức tim họ vỡ ra theo nghĩa đen và họ gục chết dưới chân Người Cười. (Bởi kỳ này *dẫu* sao cũng sẽ là một kỳ ngắn, nó lẽ ra có thể kết thúc ở đó; đám Comanche bọn tôi có thể tự giải thích hợp lý về cái chết đột ngột của bố con Dufarge. Nhưng nó lại không kết thúc ở đó.) Ngày lại ngày, Người Cười tiếp tục đứng đó bị trói chặt vào cái cây bằng dây thép gai, bố con Dufarge thì phân hủy dưới chân hắn. Máu chảy xối xả, lại bị cắt mất nguồn máu đại bàng, hắn chưa bao giờ kề cận cái chết đến vậy. Tuy nhiên, một ngày nọ, bằng một giọng khàn nhưng hùng hồn, hắn cầu cứu động vật trong khu rừng. Hắn bảo chúng đi tìm Omba, người lùn đáng mến.

Và chúng đã làm thế. Nhưng đấy là một chuyến đi dài, phải băng qua rồi lộn lại biên giới Paris-Trung Quốc, và đến khi Omba tới được hiện trường, mang theo dụng cụ sơ cứu và một lọ máu đại bàng tươi, thì Người Cười đã hôn mê rồi. Hành động nhân đạo đầu tiên của Omba là tìm chiếc mặt nạ của chủ nhân, lúc đó bị gió thổi vướng vào thân trên đầy dòi bọ của cô Dufarge. Hắn kính cẩn đặt nó lên gương mặt gớm ghiếc của chủ, rồi bắt đầu băng bó vết thương.

Khi Người Cười rốt cuộc cũng mở mắt, Omba hăm hở nâng cái lọ máu đại bàng lên chiếc mặt nạ. Nhưng Người Cười không uống. Thay vào đó, hắn ta yếu ớt gọi tên Cánh Đen yêu quý của hắn. Omba cúi cái đầu hơi méo mó của mình, rồi tiết lộ với chủ nhân rằng bố con Dufarge đã giết Cánh Đen mất rồi. Một tiếng hét lạ lùng, xé ruột của nỗi đau đớn tối hậu phát ra từ Người Cười. Hắn yếu ớt với lấy cái lọ máu đại bàng rồi bóp nát nó. Chút máu còn lại hắn để cho rỏ xuống cổ tay mình. Hắn ra lệnh cho Omba nhìn chỗ khác, và Omba, đang sụt sùi, đành tuân lệnh hắn. Hành động cuối cùng của Người Cười, trước khi gục xuống mặt đất rướm máu, là gỡ cái mặt nạ của hắn ra.

Tất nhiên, câu chuyện kết thúc ở đó. (Câu chuyện không bao giờ được kể tiếp.) Tù trưởng khởi động xe buýt. Ngồi đối diện tôi qua lối đi, Billy Walsh, là đứa bé nhất trong đám Comanche, bỗng bật khóc. Không đứa nào trong bọn bảo nó im đi. Còn tôi, tôi nhớ đầu gối mình run rẩy.

Vài phút sau, khi tôi bước ra khỏi xe buýt của Tù trưởng, thứ đầu tiên tôi tình cờ thấy là một mẩu khăn giấy đỏ phần phật trong gió, vướng vào chân cột đèn. Trông nó giống cái mặt nạ bằng cánh hoa anh túc của một ai đó. Tôi về nhà, răng va vào nhau lập cập, và bố mẹ bắt tôi lên giường đi ngủ lập tức.

Dưới xuồng

Lúc đó tầm bốn giờ hơn một chút, vào một buổi chiều hạ rớt[1]. Cô hầu Sandra đã mười lăm hai mươi lần kể từ lúc trưa rời khỏi chỗ cửa sổ nhìn ra hồ trong gian bếp, miệng mím lại. Lần này, khi rời khỏi đó, cô vô thức cởi rồi buộc lại sợi đai tạp dề của mình, thắt chặt hết mức cái vòng eo khổng lồ của cô cho phép. Rồi cô quay lại chỗ cái bàn tráng men, và hạ cái thân hình mới vận đồng phục xuống chỗ ngồi đối diện cô Snell. Cô Snell đã dọn dẹp là ủi xong xuôi, giờ đang thưởng thức cốc trà đã thành lệ của mình, trước khi đi ra bến xe buýt. Cô Snell đã đội mũ sẵn. Vẫn là cái mũ nỉ đen trông hay hay mà cô đã đội, không chỉ suốt cả mùa hè này, mà còn suốt ba mùa hè vừa qua – nó đã trải qua những đợt sóng nhiệt kỷ lục, trải qua những thăng trầm đời người, qua bao nhiêu là bàn ủi, bao nhiêu là máy hút bụi. Cái mác Hattie Carnegie vẫn còn ở bên trong, đã bạc màu nhưng (có thể nói là) vẫn kiên cường lắm.

1. Chỉ khoảng thời gian nóng trái mùa vào tháng Mười hoặc tháng Mười một ở miền Trung và miền Đông nước Mỹ.

"Mình sẽ không lo lắng chuyện đó," Sandra nói, lần thứ năm hay sáu chi đó, tự nói với mình cũng đúng, mà nói với cô Snell cũng đúng. "Mình quyết định là sẽ không lo lắng chuyện đó nữa. *Để* làm gì *đâu?*"

"Đúng rồi đấy," cô Snell nói. "*Tôi* sẽ không lo đâu. Thật đó. Lấy hộ tôi cái túi đi nào."

Cái túi xách da đã sờn mòn kinh khủng, nhưng cái mác bên trong nó thì vẫn bền bỉ như cái mác trong mũ cô Snell. Nó nằm trên chạn đồ. Sandra không đứng lên cũng vẫn với được nó. Cô đưa nó qua bàn cho cô Snell, cô này mở nó ra và lấy ra một gói thuốc lá tẩm bạc hà và một phong diêm của Stork Club[1].

Cô Snell châm một điếu thuốc, rồi đưa cốc trà lên miệng, nhưng lại tức khắc đặt nó xuống đĩa. "Nếu cái cốc này không chóng nguội đi thì tôi lỡ xe buýt mất." Cô nhìn sang Sandra, cô này đang nhìn chằm chằm đầy bồn chồn về hướng mấy cái chảo đồng treo thành hàng trên tường. "Đừng *lo lắng* chuyện đó nữa," cô Snell ra lệnh. "Lo thì cũng có được gì đâu. Hoặc là cậu ấy nói, hoặc không. Thế thôi. *Lo lắng* thì cũng có để làm gì đâu?"

"Em có *lo lắng* chuyện đó đâu," Sandra đáp. "Còn khuya em mới *lo* chuyện đó nhé. Chỉ là, cái kiểu lén lén lút lút đi quanh nhà của nó khiến người ta muốn phát rồ.

---

1. Tên một hộp đêm tồn tại từ năm 1929 đến 1965 ở Mỹ, nổi tiếng vì sự sang chảnh và đặc tuyển của mình.

Không thể *nghe* thấy nó, chị hiểu không. Ý em là chẳng ai *nghe thấy* nó ấy. Mới hôm trước em đang bóc vỏ đậu – ngay ở cái bàn này luôn – thì suýt giẫm lên *tay* nó. Nó ngồi ngay dưới gầm bàn."

"Chà. Tôi sẽ không nghĩ đến chuyện đó làm gì."

"Ý là chị phải cân nhắc từng từ mình nói lúc nó có mặt ấy," Sandra nói. "Muốn phát khùng lên ấy."

"*Vẫn* chưa uống được," cô Snell nói. "... Kinh khủng thật đấy. Nói mà cứ phải cân nhắc từng từ một cơ chứ."

"Muốn phát khùng lên ấy! Em nói thật đó. Một nửa thời gian em đã nửa điên nửa tỉnh rồi." Sandra gạt vài mẩu vụn bánh mì tưởng tượng khỏi lòng, rồi khụt khịt. "Một thằng nhóc bốn tuổi!"

"Trông nó cũng đẹp mã đấy chứ," cô Snell nói. "Đôi mắt to nâu với mấy nét khác ấy."

Sandra lại khịt mũi. "Nó sẽ có cái mũi giống ông bố thôi." Cô nhấc cốc của mình lên rồi uống chẳng chút khó khăn. "*Em* không biết họ muốn ở đây hết tháng Mười để làm cái gì nữa," cô nói đầy bất mãn, hạ cốc xuống. "Ý em là giờ tất cả bọn họ thậm chí còn chẳng dám đến *gần* nước nữa. *Bà ấy* không, *ông ấy* không, *thằng nhóc* cũng không. Giờ *không* ai xuống nước nữa. Họ thậm chí còn không lấy cái thuyền đấy ra nữa. Em không hiểu bọn họ vất tiền tươi thóc thật vào đó để làm gì."

"Sao cô uống được trà rồi nhỉ. Tôi vẫn không tài nào uống nổi."

Sandra nhìn đầy ác ý vào bức tường đối diện. "Nếu được về thành phố thì em mừng lắm. Em không đùa đâu. Em ghét cái chỗ điên khùng này." Cô ném cho cô Snell một cái nhìn thù địch. "*Chị* thì chẳng có vấn đề gì đâu, chị sống ở đây quanh năm rồi còn gì. Chị đã có người quen bạn bè ở đây rồi. Cần gì phải quan tâm cơ chứ."

"Có chết tôi cũng phải uống hết cốc này thôi," cô Snell nói, nhìn cái đồng hồ treo bên trên lò nướng điện.

"Nếu ở trong hoàn cảnh em thì *chị* sẽ làm gì?" Sandra đột ngột hỏi. "Ý em là chị sẽ làm gì ấy? Nói thật đi."

Đấy là kiểu câu hỏi mà cô Snell sẽ xỏ ngay vào như thể nó là một chiếc áo khoác lông chồn. Cô tức thì buông chén trà ra. "Ờ, *trước tiên*," cô nói, "tôi sẽ không *lo lắng* chuyện đó. Tôi sẽ tìm một..."

"Em không *lo lắng* chuyện đó mà," Sandra ngắt lời.

"Tôi biết, nhưng đang nói là *tôi* sẽ làm gì cơ mà, tôi sẽ kiếm một..."

Cánh cửa hai chiều mở ra từ phía phòng ăn, và Boo Boo Tannenbaum, nữ chủ nhà, bước vào gian bếp. Cô là một cô gái nhỏ nhắn, hầu như không có hông, tuổi tầm hai lăm, có mái tóc xơ xác trông nhạt nhẽo chẳng có phong cách gì hết, được vén ra đằng sau đôi tai rất to. Cô mặc một chiếc quần bò dài quá gối, một cái áo chui đầu đen cổ lọ, lại đi tất và giày lười. Bỏ qua cái tên buồn cười của cô, cùng diện mạo tổng thể là không xinh, thì cô – xét trên tiêu chí những gương mặt nhỏ nhắn, vĩnh viễn khó quên, thấu hiểu khác thường – thật là một người tuyệt vời, hoàn hảo. Cô đi thẳng tới tủ lạnh, mở nó ra. Khi đứng giạng chân, tay chống gối mà nhìn vào trong tủ lạnh, cô huýt sáo qua kẽ răng nghe chẳng ra giai điệu gì, giữ nhịp với phần hông cô hơi đung đưa một cách thoải mái. Sandra và cô Snell im lặng. Cô Snell thong thả dập điếu thuốc.

"Sandra..."

"Vâng, thưa bà?" Sandra cảnh giác nhìn qua cái mũ của cô Snell.

"Hết mất dưa chua rồi à? Tôi muốn lấy cho cậu ít dưa chua."

"Cậu ăn rồi ạ," Sandra khai. "Cậu ăn trước lúc đi ngủ tối qua. Còn có hai hộp thôi ạ."

"À. Được rồi, để lúc nào ra ga tôi mua thêm. Chắc sẽ dụ được cậu ra khỏi cái xuồng đấy." Boo Boo đóng cửa tủ lạnh rồi rảo bước tới cửa sổ quay ra hồ mà nhìn ra ngoài. "Ta còn cần mua thêm gì không nhỉ?" cô đứng ở cửa sổ, cất tiếng hỏi.

"Bánh mì nữa thôi ạ."

"Tôi để séc của cô trên bàn hành lang nhé, cô Snell. Cảm ơn cô."

"OK," cô Snell nói. "Tôi nghe hình như Lionel lại định trốn." Cô cười một tiếng ngắn.

"Có vẻ là vậy," Boo Boo nói, nhét hai tay vào túi quần.

"Thôi thì cậu cũng không trốn đi quá *xa*," cô Snell nói, cười một tiếng ngắn nữa.

Ở cửa sổ, Boo Boo hơi đổi tư thế để lưng cô không xây thẳng về phía hai người phụ nữ ngồi ở bàn. "Không," cô nói, rồi vén thêm ít tóc ra sau tai. Cô nói thêm, thuần túy đưa tin: "Cậu hay lang thang từ khi lên hai. Nhưng chưa bao giờ đi xa quá. Tôi nghĩ chỗ xa nhất cậu từng tới – ít nhất là ở thành phố – là khu thương mại ở công viên Trung tâm. Chỉ cách nhà có hai quãng phố thôi. Chỗ ít xa nhất – là gần nhất – mà cậu tới là cửa trước tòa nhà bọn tôi ở. Cậu chờ ở đó để tạm biệt ba mình."

Cả hai phụ nữ ngồi ở bàn đều bật cười.

"Khu thương mại là chỗ tất cả mọi người tới chơi trượt ván ở New York," Sandra nói với cô Snell, vẻ thân mật. "Lũ trẻ, cả những người khác nữa."

"Ồ!" cô Snell nói.

"Lúc đó nó mới ba tuổi. Tức là năm ngoái," Boo Boo nói, rút ra từ túi quần một gói thuốc lá và một phong diêm. Cô châm một điếu thuốc, còn hai người kia nhìn cô vẻ ngóng đợi. "Huyên náo lắm. Chúng tôi phải nhờ cả lực lượng cảnh sát đi tìm cậu."

"Họ có tìm thấy không?" cô Snell hỏi.

"Tất nhiên là thấy rồi!" Sandra nói vẻ coi thường. "Chị *nghĩ* gì vậy?"

"Bọn họ tìm thấy cậu ấy lúc mười một giờ mười lăm tối, lúc đó là – ôi trời, tôi nghĩ là giữa tháng Hai. Trong công viên không có đứa trẻ con nào. Chỉ toàn lưu manh, với một đám hổ lốn bọn suy đồi lang thang. Cậu ngồi trên bục diễn, lăn đi lăn lại một viên bi dọc theo một vết nứt. Lạnh gần chết, trông..."

"Ôi trời!" cô Snell nói. "Sao lại thành ra nông nỗi ấy? Ý tôi là tại sao cậu ấy lại trốn đi cơ chứ?"

Boo Boo thở ra một vòng khói méo mó vào tấm kính. "Chiều hôm ấy có đứa trẻ nào đó ở công viên đã nói với cậu một điều không đúng, 'Mày hôi thối lắm.' Thôi thì ít nhất bọn tôi nghĩ đấy là lý do khiến cậu như vậy. Tôi không biết nữa, chị Snell ạ. Tất cả mọi chuyện đều hơi quá sức hiểu của tôi."

"Thế cậu ấy đã làm thế bao lâu rồi?" cô Snell hỏi. "Ý tôi là cậu ấy như vậy lâu chưa ấy?"

"Ờ, từ hồi hai tuổi rưỡi," Boo Boo nói như đang kê tiểu sử, "cậu trốn dưới một cái bồn ở tầng hầm tòa chung cư của chúng tôi. Ở dưới phòng giặt là. Một con bé Naomi gì đó – bạn thân của cậu – bảo cậu là nó có một con sâu trong bình giữ nhiệt. Gạn hỏi bao nhiêu cậu cũng chỉ nói có thế." Boo Boo thở dài, rồi rời khỏi chỗ cửa sổ, điếu thuốc trên tay tàn đã dài. Cô đi tới chỗ cửa lưới. "Tôi sẽ thử lại lần nữa," cô nói, cũng là chào cả hai người kia.

Họ bật cười.

"Mildred," Sandra vừa cười vừa nói với cô Snell, "Chị không đi thì sẽ bị nhỡ xe buýt đấy."

Boo Boo đóng cửa lưới lại sau lưng.

*

Cô đứng ở chỗ sân cỏ trước nhà hơi dốc xuống, mặt trời chiều muộn xuống thấp rực sáng ở sau lưng. Chừng hai trăm mét đằng trước, con trai cô Lionel đang ngồi ở đuôi chiếc xuồng của ba nó. Cái xuồng đã bị buộc chặt và gỡ hết buồm chính với buồm tam giác, giờ đây nó nằm thành một góc vuông hoàn hảo với cầu tàu. Xa hơn độ mười lăm mét, một chiếc ván lướt bị vứt đi hoặc lạc đến đây, nằm sấp trên mặt nước, nhưng trông ra thì chẳng thấy có chiếc du thuyền nào trên hồ; chỉ nhìn thấy đuôi một chiếc ca nô tuần tra của quận đang trên đường tới bến Leech. Boo Boo thấy việc giữ ánh mắt của cô tập trung vào Lionel sao mà khó một cách quái lạ. Mặt trời dù không quá nực, thì vẫn sáng đến nỗi nó khiến bất cứ hình ảnh nào ở hơi xa một chút – một thằng bé, một cái xuồng – dường như dập dờn và khúc xạ giống như một cái que cắm xuống nước. Sau đôi phút, Boo Boo thôi không tập trung vào hình ảnh ấy nữa. Cô xé cái đầu lọc theo kiểu quân đội[1], rồi bắt đầu đi về phía cầu tàu.

Đang là tháng Mười, ván cầu tàu không còn hắt hơi nóng vào mặt cô nữa. Cô vừa rảo bước vừa huýt sáo bài

1. Có lẽ là cách lính Mỹ hủy đầu lọc thuốc lá sau khi hút xong, để tránh để lộ dấu vết. Phần giấy ngoài đầu lọc điếu thuốc sẽ được lột hết và vo lại, còn vụn thuốc lá thừa sẽ bị xé vụn rồi rải xuống đất.

"Cô em Kentucky" qua kẽ răng. Khi tới được đầu cầu tàu rồi, cô ngồi xổm xuống bờ phải, nghe rõ cả tiếng đầu gối. Cô nhìn xuống Lionel. Nó ở cách cô chưa hết chiều dài một mái chèo. Nó không nhìn lên.

"Ới ơi," Boo Boo nói. "Bạn hữu. Cướp biển. Chó nhếch. Ta đã trở lại."

Vẫn không ngước lên, Lionel đột ngột tỏ ý muốn trình diễn tài lái thuyền của nó. Nó kéo cần lái sang phải hết cỡ, rồi lập tức giật lại về bên mình. Mắt nó chăm chăm nhìn vào sàn xuồng.

"Ta đây mà," Boo Boo nói. "Phó đô đốc Tannenbaum. Họ thời con gái là Glass. Ta đến để kiểm tra các cột tín hiệu đuôi tàu."

Lần này thì thằng bé đáp lại.

"Mẹ không phải đô đốc. Mẹ là *bà chủ* cơ mà," Lionel nói. Câu nói của thằng bé thường có ít nhất một chỗ giật cục do điều hơi kém, thế nên thường chữ nào nó muốn nhấn mạnh thì rốt cuộc lại chìm mất. Boo Boo không chỉ lắng nghe giọng con, cô dường như quan sát nó.

"Ai bảo con thế? Ai bảo con mẹ không phải đô đốc?"

Lionel đáp, nhưng tiếng nhỏ quá không nghe được.

"*Ai?*" Boo Boo hỏi.

"Ba."

Vẫn ở tư thế ngồi xổm, Boo Boo hạ bàn tay trái xuống giữa hai đùi xếp chữ V, chạm xuống sàn cầu tàu để giữ thăng bằng. "Ba con không tầm thường đâu nhé," cô nói, "nhưng ba hẳn là người mù sông nước nhất mẹ từng biết đấy. Đúng là khi ở trên bờ mẹ là bà chủ – *cái đó* thì đúng. Nhưng đam mê đích thực của mẹ thì luôn luôn, trước hết, sau cùng, là biển cả..."

"Mẹ không phải đô đốc," Lionel nói.

"Con bảo sao cơ?"

"Mẹ không phải đô đốc. Mẹ lúc nào cũng là bà chủ."

Có một khoảng lặng ngắn. Lionel lấp khoảng trống ấy bằng cách đổi hướng cái xuồng – nó dùng cả hai tay mà nắm lấy cái cần lái. Lionel mặc một chiếc quần soóc màu kaki và một chiếc áo phông trắng sạch trên ngực có in hình Đà điểu Jerome đang chơi vĩ cầm. Thằng bé có nước da hơi rám nắng, còn mái tóc nó thì có chất và màu tóc gần như giống hệt của mẹ, có điều ở đỉnh đầu tóc có hơi bợt đi vì nắng.

"*Nhiều* người nghĩ mẹ không phải đô đốc," Boo Boo nói, quan sát thằng bé. "Chỉ vì mẹ không đem cái đó ra khoe." Vừa giữ thăng bằng, cô vừa lấy một điếu thuốc và diêm từ túi quần bò. "Mẹ chẳng bao giờ bị thôi thúc phải nói về cấp bậc của mình với mọi người. Đặc biệt là với mấy đứa nhóc còn chẳng nhìn vào mẹ lúc mẹ nói chuyện với chúng nó. Mẹ sẽ bị thải hồi giữa lúc sự nghiệp thăng tiến mất thôi." Không châm điếu thuốc, cô thình lình đứng dậy, đứng thẳng một cách hơi quá, rồi khép ngón cái và ngón trỏ lại thành một hình ô van, đưa nó lên miệng và – theo kiểu ống sáo kazoo – phát ra một âm thanh nghe như tiếng kèn lệnh. Lionel tức thì ngước lên. Chắc nó cũng biết tiếng kèn lệnh này là giả thôi, nhưng dẫu vậy nó vẫn có vẻ phấn khích lắm; miệng nó há ra. Boo Boo lại phát kèn lệnh – trộn lẫn giữa lệnh "nghỉ" và lệnh "thức" – ba lần liên tiếp không nghỉ. Rồi, với bộ điệu nghi thức, cô giơ tay chào với bờ nước đối diện. Khi cô quay trở lại tư thế ngồi xổm trên rìa cầu tàu, cô tỏ ra mình hối tiếc hết mức khi phải làm thế, như thể cô vừa bị xúc động ghê gớm lắm bởi một nét đẹp của truyền thống hải quân mà công chúng và những cậu bé chẳng hề được biết. Cô nhìn xa xăm ra đường chân trời của cái hồ trong một chốc, rồi tỏ vẻ nhớ ra là còn có người khác ở đây. Cô nhìn – vẻ sùng kính – xuống Lionel, miệng nó vẫn cứ há hốc chưa khép lại được. "Đấy là một điệu kèn lệnh bí mật, mà chỉ các đô đốc mới được phép nghe thôi." Cô châm điếu thuốc, rồi thổi tắt que diêm bằng một luồng khói dài mỏng trông rất nghệ. "Nếu có ai biết mẹ cho con nghe tiếng kèn lệnh này..." Cô lắc đầu. Rồi cô lại hướng đôi mắt mình về đường chân trời, như thể đang cầm một cái kính lục phân.

"Làm lại đi."

"Không được."

"Tại sao?"

Boo Boo nhún vai. "Có quá nhiều sĩ quan cấp thấp quanh đây, đấy là một nhẽ." Cô đổi tư thế, chuyển sang ngồi kiết già. Cô kéo tất lên. "Cơ mà mẹ sẽ cho con biết điều này," cô nói, với vẻ bình thản. "Nếu con nói mẹ nghe tại sao con trốn đi, mẹ sẽ thổi hết tất cả những tiếng kèn lệnh mẹ biết cho con nghe. Được không?"

Lionel tức thì cụp mắt nhìn xuống bụng xuồng. "Không," nó nói.

"Tại sao?"

"Vì."

"Vì sao?"

"Vì con không muốn," Lionel nói, rồi giật cái cần lái để nhấn mạnh.

Boo Boo giơ tay phải lên để che mặt cho khỏi nắng. "Con bảo mẹ là con sẽ không trốn đi nữa rồi mà," cô nói. "Chúng mình đã nói chuyện đó, con đã bảo sẽ không làm thế nữa. Con đã hứa với mẹ."

Lionel đáp, nhưng không nghe được.

"Gì cơ?" Boo Boo hỏi.

"Con không có hứa."

"À, có đấy, con có hứa. Chắc chắn là đã hứa rồi."

Lionel lại tiếp tục bẻ lái cái xuồng. "Nếu mẹ là đô đốc," nó nói, "thế *hạm đội* của mẹ đâu?"

"Hạm đội của mẹ à. Con hỏi mẹ vậy thật hay quá," Boo Boo nói, rồi bắt đầu bước xuống cái xuồng.

"Tránh ra!" Lionel ra lệnh, nhưng không phải bằng giọng the thé, mắt nó vẫn cụp xuống. "Không ai được vào."

"Không được à?" Chân của Boo Boo đã chạm vào lòng thuyền. Cô theo lệnh mà nhấc chân lên ngang với mặt cầu tàu. "Không một ai cơ à?" Cô lại quay về thế ngồi kiết già. "Tại sao thế?"

Lionel trả lời một câu trọn vẹn, nhưng cũng lại không nghe được.

"Gì cơ?" Boo Boo nói.

"Vì họ không được phép."

Vẫn nhìn chăm chú vào thằng bé, Boo Boo không nói gì trong tròn một phút.

"Nghe như vậy mẹ thấy rất tiếc," cuối cùng cô nói. "Mẹ rất thích xuống thuyền của con. Mẹ nhớ con lắm. Mẹ nhớ con rất nhiều. Mẹ cứ ở nhà một mình suốt cả ngày chẳng có ai để nói chuyện."

Lionel không đẩy cần lái. Nó soi thớ gỗ ở tay cần. "Mẹ nói chuyện với Sandra ấy," nó nói.

"Sandra bận lắm," Boo Boo nói. "Với lại, mẹ cũng không muốn nói chuyện với Sandra, mẹ muốn nói chuyện với con cơ. Mẹ muốn xuống thuyền nói chuyện với con."

"Mẹ đứng đó nói cũng được."

"Gì cơ?"

"Mẹ đứng *đó* nói cũng được."

"Không được đâu. Đứng ở đây thì xa quá. Mẹ phải tới gần cơ."

Lionel lại vung cần lái. "Không ai được xuống," nó nói.

"Gì cơ?"

"Không ai được *xuống*."

"Ừ, thế con ngồi đấy nói với mẹ tại sao con lại trốn nhé?" Boo Boo hỏi. "Sau khi con đã hứa với mẹ sẽ không làm thế nữa?"

Một chiếc kính bơi nằm ở lòng xuồng, gần phía đuôi. Để trả lời, Lionel lấy ngón cái và ngón thứ bàn chân phải nó mà kẹp lấy dây đeo của chiếc kính bơi, rồi với một động tác chân nhanh gọn khéo léo, hất cái kính qua mạn thuyền. Cái kính chìm tức thì.

"Hay đó. Hợp lý đấy," Boo Boo nói. "Kính đấy là của bác Webb của con đấy. Bác ấy sẽ hài lòng lắm đây." Cô rít điếu thuốc trên miệng. "Trước nó là của bác Seymour đấy."

"Con mặc kệ."

"Mẹ biết mà. Mẹ cũng thấy là con không quan tâm," Boo Boo nói. Điếu thuốc của cô kẹp giữa hai ngón tay theo một góc xiên kỳ cục; nó đã cháy đến sát một đầu khớp ngón của cô rồi. Bất chợt cảm thấy hơi nóng, cô đánh rơi điếu thuốc xuống mặt hồ. Rồi cô lại lấy từ trong túi quần ra một cái gì đó. Đấy là một cái gói, to cỡ bộ bài, gói trong tờ giấy trắng và buộc lại bằng một dải băng màu lục. "Đây là một chùm chìa khóa," cô nói, cảm thấy đôi mắt của thằng bé ngước lên nhìn cô. "Giống như của ba ấy. Nhưng có nhiều chìa khóa hơn nhiều. Cái này có tận mười chìa."

Lionel rướn người tới trước, buông cái cần lái ra. Nó giơ tay theo tư thế bắt lấy. "Ném đây đi!" nó nói. "Đi mà!"

"Cứ ngồi nguyên tại chỗ đã, con yêu. Mẹ còn phải nghĩ đã. Mẹ *nên* ném cái chùm chìa khóa này xuống hồ."

Lionel ngước nhìn cô chăm chú, miệng há ra. Nó ngậm miệng lại. "Của con," nó nói bằng giọng không chắc chắn lắm.

Boo Boo vẫn nhìn xuống nó, khẽ nhún vai. "Mẹ chẳng quan tâm."

Lionel chầm chậm ngồi lại vào chỗ nó, nhìn mẹ, rồi rờ tay ra sau tìm cái cần lái. Mắt nó cho thấy nó hoàn toàn hiểu, đúng như mẹ nó nghĩ.

"Đây." Boo Boo tung cái gói xuống chỗ nó. Cái gói rơi vừa vặn vào lòng thằng bé.

Nó nhìn cái gói trong lòng mình, cầm lên, săm soi, rồi lẳng ngang xuống hồ. Rồi nó tức thì ngước lên nhìn Boo Boo, mắt nó không phải vẻ thách thức, mà ầng ậc nước. Rồi thì miệng nó méo đi thành một hình số 8 nằm ngang, và nó khóc rống lên.

Boo Boo rón rén đứng lên, như một người ngồi lâu trong rạp hát bị tê chân, rồi nhẹ bước xuống cái xuồng. Loáng cái cô đã ngồi ở đuôi thuyền, ôm thằng bé trong lòng, đu đưa nó và hôn vào gáy nó, rồi nói với nó: "Thủy thủ không được *khóc*, con ạ. Thủy thủ *không bao giờ* khóc. Trừ lúc thuyền đắm thôi. Hoặc khi họ bị đắm thuyền phải bám vào bè mảng mà chẳng có gì để uống ngoại trừ..."

"Sandra... bảo với cô Smell... rằng ba là một... một thằng... ke[1]... bẩn thỉu."

Boo Boo nén một cái giật mình, rồi bế thằng bé ra khỏi lòng mình, đặt nó đứng trước mặt, gạt mớ tóc của nó khỏi trán. "Cô ấy đã nói vậy à?" cô hỏi.

Lionel gật đầu nhấn mạnh. Nó tới đứng giữa hai chân mẹ, vẫn khóc ồi ồi.

"Chà, thế cũng chưa *quá* khủng khiếp đâu," Boo Boo nói, ôm nó bằng cả tay lẫn chân. "Đấy không phải điều *tồi tệ nhất* có thể xảy ra đâu." Cô cắn yêu vào vành tai thằng bé. "Con có biết ke là gì không con?"

Lionel hoặc không muốn, hoặc không thể nói ngay được. Dẫu ngả nào thì nó cũng đợi đến khi cơn nấc cụt sau khi khóc lắng xuống một tí. Rồi nó trả lời, nhỏ nhưng nghe được, trong hơi ấm tỏa ra từ cổ Boo Boo. "Đấy là cái bay lên *trời* ấy," nó nói. "Có *dây* buộc giữ nó lại."[2]

Tốt hơn là nên nhìn con. Boo Boo đẩy thằng bé ra hơi xa khỏi mình. Rồi cô bất ngờ đưa tay xuống đũng quần thằng bé, làm nó giật mình, nhưng cũng gần như tức thì rụt tay lại và sơ vin lại cho nó. "Thế chúng mình làm gì nhỉ," cô nói. "Chúng mình lái xe vào thị trấn mua ít dưa chua, ít bánh mì, rồi chúng mình ăn dưa trên xe,

---

1. "Kike", tiếng lóng miệt thị chỉ người Do Thái.

2. Lionel hiểu "kike" (từ miệt thị người Do Thái) thành "kite" (cái diều). Hai từ phát âm giống nhau trong tiếng Anh.

rồi ra nhà ga đón ba, rồi chúng mình đưa ba về nhà và đòi ba cho mình đi thuyền nhé. Con phải giúp ba vác buồm xuống thuyền đấy. Đồng ý không?"

"Đồng ý," Lionel nói.

Lúc về nhà, họ không đi bộ; họ chạy đua với nhau. Lionel thắng.

Tặng Esmé
– với tình yêu và sự bệ rạc

Mới gần đây thôi, qua đường thư bay, tôi nhận được thiệp mời dự một đám cưới sẽ tổ chức ở Anh vào ngày 18 tháng Tư. Tình cờ đấy lại là một đám cưới mà tôi phải dự bằng mọi giá, và ngay khi thiệp mời đến, tôi nghĩ mình hoàn toàn có thể đi nước ngoài một chuyến, bằng máy bay, chi phí không thành vấn đề. Tuy nhiên, tôi đã bàn bạc chuyện này khá kỹ lưỡng với vợ, một phụ nữ khôn ngoan đến kinh ngạc, và chúng tôi quyết định tôi sẽ không đi – bởi một nhẽ là tôi đã quên khuấy việc mẹ vợ sắp sửa đến chơi với chúng tôi hai tuần cuối tháng Tư. Thực là tôi không được gặp mẹ Grencher thường xuyên cho lắm, bà cũng không còn trẻ trung gì nữa. Bà đã năm mươi tám rồi. (Bà khai trước.)

Dẫu vậy, dù tôi có *ở đâu* đi chăng nữa, tôi cũng không nghĩ mình là loại người sẽ không nhấc dù là một ngón tay để cứu một đám cưới khỏi cảnh buồn tẻ. Thế nên, tôi khởi sự viết ra vài dòng tiết lộ về cô dâu như tôi biết cô hồi sáu năm trước. Nếu mấy dòng chữ của tôi mà khiến được chú rể, người tôi chưa gặp bao giờ, phải có đôi lúc bứt rứt, thì thật hay quá. Ở đây tôi viết không phải để làm vui cho ai. Đúng hơn, là để khai trí, để chỉ dẫn.

Vào tháng Tư năm 1944, tôi nằm trong số sáu mươi anh lính Mỹ được tham dự một khóa huấn luyện tiền đổ bộ chuyên sâu, do cục Tình báo Anh tổ chức ở Devon, Anh. Nhìn lại thì có vẻ như sáu mươi người bọn tôi khá là độc đáo, ở chỗ không có một anh nào xởi lởi trong cả đám. Chúng tôi về cơ bản đều là kiểu thích viết thư, và khi chúng tôi nói chuyện với nhau những khi không làm nhiệm vụ, thì thường là để hỏi xem có ai còn thừa mực không dùng không. Khi nào không viết thư hay dự lớp, thì chúng tôi mỗi người một ngả. Tôi thường, vào những ngày đẹp trời, đi tới những chỗ nhiều thắng cảnh ở vùng nông thôn. Ngày mưa, tôi thường kiếm chỗ nào khô ráo mà ngồi đọc sách, thường là chỉ cách bàn chơi bóng bàn cỡ một cây rìu.

Khóa huấn luyện kéo dài ba tuần, kết thúc vào thứ Bảy, một ngày mưa. Lúc bảy giờ tối hôm đó, nhóm chúng tôi được xếp lịch đi tàu tới London, ở đó nghe đồn là chúng tôi sẽ được phân vào sư đoàn bộ binh và không vận được tập hợp chuẩn bị cho cuộc đổ bộ D-Day. Lúc ba giờ chiều, tôi gói ghém tất cả đồ đạc của mình vào ba lô nhà binh, trong đó có một cái hộp mặt nạ chống độc bên trong chứa đầy sách tôi đem theo từ quê nhà. (Cái mặt nạ chống độc thì tôi đã nhét vào một cái lỗ châu mai trên tàu Mauretania hồi mấy tuần trước, vì biết thừa là nếu quân địch *có* dùng khí độc thì tôi cũng chẳng kịp lôi cái thứ chết tiệt ấy ra.) Tôi nhớ mình đứng bên cửa sổ ở một đầu lều Quonset[1] một lúc rất lâu, nhìn ra màn mưa chênh chếch thê lương, ngón tay siết cò của tôi cứ râm ran mà tôi chẳng cảm thấy, có phải thế không nhỉ? Tôi nghe thấy sau lưng mình tiếng sột soạt thiếu tình đồng chí của rất nhiều chiếc bút mực viết trên những tờ giấy V-mail[2]. Thình lình, chẳng nghĩ gì trong đầu, tôi rời khỏi chỗ cửa sổ và khoác áo mưa, quàng khăn cashmere, đi ủng cao su, đeo găng len và đội mũ quân phục (mọi người vẫn bảo tôi đội cái mũ đấy theo kiểu chẳng giống ai – hơi tụt xuống bên trên hai tai.) Rồi sau khi chỉnh lại đồng hồ đeo tay theo đồng hồ trong nhà vệ sinh, tôi đi bộ men theo con đường dốc lát sỏi dài và ướt nước để vào thị trấn. Tôi tảng lờ những ánh chớp lòe khắp mọi hướng. Nếu sống chết có số thì muốn tránh cũng chẳng được.

Ở trung tâm thị trấn, chắc cũng là khu mưa to nhất luôn, tôi dừng lại trước một nhà thờ đặng đọc bảng tin, chủ yếu là bởi những chữ số La Mã viết phấn trắng trên bảng đen đã khiến tôi chú ý, nhưng một phần cũng là bởi

1. Một loại lều hình bán trụ nằm ngang.
2. V-mail, viết tắt của Victory Mail, là một loại thư được quân đội Mỹ sử dụng trong Thế Chiến thứ hai.

sau ba năm trong quân đội tôi đã bị nghiện đọc bảng tin. Trên bảng viết lúc ba giờ mười lăm sẽ có buổi luyện tập ca đoàn nhi đồng của nhà thờ. Tôi nhìn đồng hồ mình, rồi lại nhìn bảng tin. Có một tờ giấy được ghim ở đó, liệt kê tên của những đứa trẻ sẽ tham gia tập luyện. Tôi đứng trong mưa, đọc hết chừng ấy tên, rồi vào nhà thờ.

Chừng một tá người lớn ngồi trên các ghế dài, vài người ôm trong lòng đôi ủng cao su cỡ nhỏ, đế quay lên trên. Tôi đi qua và ngồi xuống ở hàng ghế đầu. Trên bục, ngồi thành ba hàng chật ních trên những chiếc ghế giảng đường, là khoảng hai chục đứa trẻ, chủ yếu là con gái, độ tuổi từ bảy đến mười ba. Lúc đó, người hướng dẫn của chúng, một phụ nữ to lớn mặc đồ vải tuýt, đang dặn chúng há miệng to hơn lúc hát. Bà ta hỏi, đã có ai nghe một con chim non *dám* cất lên tiếng hót quyến rũ của mình nhưng lại chẳng mở rộng cái mỏ nhỏ xíu của nó? Tất nhiên là không rồi. Bọn trẻ đáp lại bà ta bằng một vẻ mặt đều đều, đờ đẫn. Bà nói tiếp rằng bà muốn *tất cả* đám trẻ của bà phải thấm được *ý nghĩa* của lời chúng hát lên, chứ không phải chỉ *nhép miệng*, như mấy con vẹt ngớ ngẩn. Rồi bà thổi một nốt trên cái sáo chỉnh âm, và đám trẻ, trông như một đám vận động viên cử tạ thiếu tuổi, liền nâng lên cuốn sách thánh ca của mình.

Chúng hát mà không có nhạc đệm – hoặc nói cho đúng hơn, chúng hát mà không bị quấy nhiễu. Giọng của chúng du dương, không ủy mị, gần như đến cái mức ở đó một người mộ đạo hơn bản thân tôi có thể trải nghiệm sự thăng hoa mà không cần gồng. Có hai đứa nhỏ nhất bị lỗi nhịp một chút, nhưng theo kiểu hẳn chỉ mẹ của nhà soạn nhạc mới có thể chê trách được. Tôi chưa từng nghe bài thánh ca này, nhưng tôi cứ hy vọng đấy sẽ là một bài dài chục phiên khúc hoặc hơn. Vừa nghe, tôi vừa chăm chú nhìn gương mặt của tất cả lũ trẻ, nhưng đặc biệt nhìn kỹ một em gần tôi nhất, ở ghế đầu hàng thứ nhất. Em chừng mười ba tuổi, tóc vàng tro dài hết tai, cùng vầng trán thanh tú và đôi mắt lãnh đạm mà, tôi nghĩ, dường như đã kiểm kê hết lượt nơi này. Giọng em tách hẳn ra khỏi giọng những đứa trẻ khác, không chỉ vì em ngồi gần tôi nhất. Nó có khoảng âm trên hay nhất, tiếng ngọt ngào nhất, tự tin nhất, và nó tự động dẫn lối. Tuy nhiên, cô bé dường như hơi chán cái sức hát của mình, hoặc có lẽ là chán cái thời gian địa điểm này; có hai lần, giữa các tiết, tôi đã thấy em ngáp. Một cái ngáp quý phái, ngáp ngậm miệng, nhưng không thể lẫn đi đâu được; đôi cánh mũi em đã làm bại lộ cả.

Thời điểm bài thánh ca kết thúc, bà quản ca bắt đầu dài dòng chỉ ra đứa nào ngọ nguậy chân hay mấp máy mồm lúc mục sư giảng đạo. Tôi cho là phần hát của buổi diễn tập đã kết thúc, và trước khi giọng nói nghịch nhĩ của bà quản ca phá hỏng hoàn toàn cái phép mầu mà dàn đồng ca trẻ con kia vừa tạo ra, tôi đứng dậy và rời khỏi nhà thờ.

Trời mưa còn nặng hạt hơn. Tôi đi bộ trên phố, nhìn qua ô cửa sổ vào phòng giải trí của hội Chữ Thập Đỏ, nhưng đám lính tráng đang đứng thành hai ba hàng ở quầy cà phê, và dù bị ngăn bởi lớp kính, tôi vẫn nghe được tiếng bóng bàn nẩy qua lại trong một phòng khác. Tôi băng qua phố và bước vào một phòng trà của người dân, ở đó chẳng có ai ngoại trừ một cô bồi trung niên trông như thể cô mong được gặp một vị khách mặc áo mưa khô hơn. Tôi khoác áo lên cây treo một cách tế nhị hết sức có thể, rồi ngồi xuống một cái bàn và gọi trà với bánh mì nướng quế. Đấy là lần đầu tiên trong ngày tôi nói chuyện với một ai đó. Rồi tôi lục khắp các túi, cả túi áo mưa, cuối cùng cũng tìm được đôi lá thư cũ để đọc lại, một là thư của vợ tôi kể với tôi dịch vụ ở nhà hàng Schrafft phố Tám Mươi Tám giờ kém lắm, còn thư kia là của mẹ vợ tôi, dặn tôi gửi cho bà ít sợi cashmere ngay khi tôi được ra khỏi "trại".

Khi tôi vẫn chưa dùng hết tách trà đầu, thì quý cô nhỏ trong ca đoàn mà tôi vừa được ngắm được nghe bước vào phòng. Tóc em ướt đẫm, hai bên vành tai đều ló ra. Em đi với một thằng bé, chắc chắn là đứa em trai. Em lấy hai ngón tay nhấc cái mũ lên khỏi đầu cậu em, như thể đấy là một mẫu vật xét nghiệm. Đi đoạn hậu là một người phụ nữ nom mau việc, đầu đội một cái mũ vành mềm rũ ra – chắc là gia sư của hai chị em. Cô bé dàn đồng ca vừa đi băng qua phòng vừa cởi áo khoác, rồi cô chọn bàn – theo như tôi thấy thì chọn rất hay, bởi bàn của họ nằm cách bàn tôi chừng ba mét về phía trước. Em và cô gia sư ngồi xuống. Thằng bé tầm năm tuổi thì chưa muốn ngồi. Nó chuồi ra khỏi cái áo dạ chéo vạt và quẳng áo sang một bên; rồi, với vẻ nghiêm nghị vờ vịt của một đứa hết sức nghịch ngợm, nó cầu kỳ quấy nhiễu cô gia sư bằng cách đẩy vào rồi lại kéo ra cái ghế của nó vài lần, vừa làm vừa nhìn mặt cô ta. Cô gia sư hạ giọng ra lệnh cho nó hai ba lần rằng hãy ngồi xuống, và quả là nó cũng ngưng trò khỉ kia, nhưng phải đến khi chị nó lên tiếng thì nó mới vòng lên trước ghế và ngồi xuống. Nó tức thì nhặt khăn ăn đặt lên trên đầu. Chị nó lấy khăn xuống, mở ra rồi trải lên đùi nó.

Lúc trà của họ được đưa lên, cô bé ca đoàn bắt gặp tôi đang nhìn chằm chằm vào nhóm em. Em nhìn chằm chằm lại tôi bằng đôi mắt kiểm kê ấy, rồi thình lình em nở một nụ cười khẽ, dè dặt. Nó rực rỡ một cách kỳ lạ, thỉnh thoảng những nụ cười dè dặt cũng hay như vậy lắm. Tôi mỉm cười lại, kém rạng rỡ hơn nhiều, bởi môi trên của tôi phải che đi vết trám tạm bằng chất trám quân dụng đen như than ló ra giữa hai răng cửa của tôi. Chuyện xảy ra tiếp theo là quý cô trẻ đã đến đứng cạnh bàn tôi với một phong thái chững chạc đáng ghen tị. Em mặc một chiếc váy kẻ ô – tôi nghĩ là một chiếc kẻ ô Campbell. Tôi thấy đấy là một chiếc váy tuyệt đẹp cho một cô gái rất trẻ mặc vào một ngày mưa liên miên. “Em tưởng người Mỹ coi thường trà lắm,” em nói.

Đấy không phải lời bình phẩm của một kẻ biết tuốt, mà là của một kẻ yêu sự chính xác hoặc số liệu. Tôi đáp rằng nhiều người chúng tôi chẳng bao giờ uống gì khác *ngoài* trà. Tôi hỏi em có muốn ngồi cùng tôi không.

"Cảm ơn anh," em nói. "Có lẽ ngồi được một tí tẹo thôi."

Tôi đứng dậy kéo ghế cho em, ghế đối diện tôi, còn em ngồi lên mép ghế, lưng em thẳng một cách rất thoải mái và đẹp. Tôi quay lại – gần như vội – với ghế của mình, hơn cả sốt sắng muốn tiếp tục cuộc trò chuyện. Cơ mà ngồi xuống rồi thì tôi chẳng nghĩ ra được gì mà nói. Tôi lại cười, vẫn cố giấu miếng trám đen sì trên răng mình. Tôi nhận xét hôm nay là một ngày thời tiết thật kinh khủng.

"Ừ; khá tệ," vị khách của tôi nói, bằng cái giọng rõ ràng không lẫn đi đâu được của một người ghét nói chuyện phiếm. Em đặt các ngón tay duỗi ra áp lên cạnh bàn, như một người trong buổi gọi hồn, rồi gần như tức thì em nắm tay lại – mấy móng tay em đều bị cắn đến tận phần thịt. Em đeo một chiếc đồng hồ, loại đồng hồ quân đội nhìn giống đồng hồ bấm giờ của hoa tiêu. Mặt đồng hồ quá to so với cổ tay mảnh khảnh của em. "Anh có mặt lúc ca đoàn tập," em nói rất bình thản. "Em có thấy anh."

Tôi bảo đúng là như thế, và tôi đã nghe giọng em hát tách khỏi những giọng khác. Tôi bảo tôi nghĩ em có một giọng rất đẹp.

Em gật đầu. "Em biết. Em sẽ trở thành ca sĩ chuyên nghiệp."

"Thật ư? Ca sĩ opera à?"

"Trời ạ, không đâu. Em sẽ hát jazz trên radio và kiếm cả núi tiền. Rồi khi nào ba mươi tuổi, em sẽ nghỉ hưu và sống trong một trang trại ở Ohio." Em lấy lòng bàn tay chạm lên đỉnh đầu ướt sũng của mình. "Anh có biết Ohio không?" em hỏi.

Tôi bảo tôi đã đi tàu qua đó vài lần rồi, nhưng tôi không thực sự biết nơi ấy. Tôi mời em một miếng bánh mì nướng quế.

"Không, cảm ơn anh," em nói. "Nói thật em ăn ít như chim ấy."

Tôi cắn vào miếng bánh nướng ấy, rồi bảo rằng ở Ohio có những vùng còn hoang sơ lắm.

"Em biết. Một người Mỹ em gặp đã kể em nghe. Anh là người Mỹ thứ mười một em từng gặp đấy."

Gia sư của em giờ đang gấp gáp ra hiệu cho em trở lại bàn mình – thực ra là bảo em đừng làm phiền tôi nữa. Tuy vậy, vị khách của tôi chỉ bình thản dịch ghế ra vài phân để quay lưng chặn mọi kênh liên lạc từ bàn kia. "Anh tới cái trường tình báo bí mật trên đồi, phải không?" em thản nhiên hỏi.

Tỏ ra thận trọng, tôi đáp tôi tới Devonshire vì chuyện sức khỏe thôi.

"*Thật* là," em nói, "Em có phải con nít mới đẻ đâu."

Tôi bảo chắc chắn là không phải rồi. Tôi uống trà của mình một lúc. Tôi bắt đầu hơi để ý đến tư thế của mình, rồi ngồi hơi thẳng lưng hơn trên ghế.

"Là một người Mỹ thì anh cũng thông minh đấy," vị khách của tôi đăm chiêu.

Tôi bảo em mấy lời ấy nếu ngẫm lại thì sẽ thấy khá hợm đấy, và tôi mong đấy không phải là những lời xứng với em.

Em đỏ mặt – tự động trao cho tôi phong thái chững chạc mà nãy giờ tôi thiếu. "Ờ thì, hầu hết đám người Mỹ *em* gặp đều cư xử như bầy thú ấy. Bao giờ họ cũng đấm nhau, xỉ vả nhau, rồi... Anh biết một người trong số họ đã làm gì không?"

Tôi lắc đầu.

"Anh ta đã ném một chai whisky rỗng qua cửa sổ nhà dì em. *May* mà cửa sổ đang mở. Cơ mà anh thấy như thế thì có biết điều không?"

Chắc là không, nhưng tôi không nói thế. Tôi bảo rất nhiều lính tráng trên khắp thế giới này đang phải sống xa nhà, và chẳng mấy người được xuôi chèo mát mái trong đời. Tôi bảo tôi tưởng hầu hết mọi người đều sẽ tự hiểu được điều đó.

"Chắc thế," vị khách của tôi nói, không tin tưởng cho lắm. Em lại giơ tay lên cái đầu ướt mà nhặt mấy lọn tóc vàng mềm rũ, cố gắng che hai vành tai chìa ra. "Tóc em ướt sũng rồi," em nói. "Chắc em trông kinh lắm." Em nhìn tôi. "Lúc khô tóc em gợn sóng đấy."

"Anh biết, anh có thể thấy cái đó."

"Không phải quăn đâu, chỉ hơi gợn sóng thôi," em nói. "Anh kết hôn chưa?"

Tôi bảo đã.

Em gật đầu. "Anh có yêu tha thiết vợ anh không? Hay là em đang tọc mạch quá rồi?"

Tôi bảo nếu thấy em như vậy thì tôi sẽ nói.

Em đặt bàn tay và cổ tay lên phía trước, và tôi nhớ lúc ấy mình muốn làm gì đó với cái đồng hồ có mặt số rất to em đang đeo – có lẽ là bảo em nên thử đeo nó vào eo xem.

"Thường thì em không thích giao vãng lắm đâu," em nói, rồi lại nhìn tôi để xem tôi có biết nghĩa của từ đó hay không. Nhưng biết hay không thì tôi cũng không để lộ cho em thấy. "Em đến đây chỉ vì em nghĩ anh trông cô đơn cực kỳ ấy. Anh có một khuôn mặt cực kỳ nhạy cảm."

Tôi bảo em nói đúng, tôi *đang* thấy cô đơn, và tôi rất vui vì em đã đến.

"Em đã cố rèn mình để biết trắc ẩn hơn. Dì em bảo em là một người lãnh đạm kinh khủng," em nói, lại đưa tay sờ đầu. "Em sống với dì. Dì em là người cực kỳ tử tế. Từ hồi mẹ em chết, dì đã làm mọi thứ có thể để Charles và em được thoải mái."

"Nghe vậy anh rất mừng."

"Mẹ là một người cực kỳ thông minh. Khá là bốc, theo nhiều cách." Em nhìn tôi với một nét sắc sảo táo tợn. "Anh có thấy em lãnh đạm lắm không?"

Tôi bảo tuyệt đối không – thực ra phải ngược lại mới đúng. Tôi nói tên tôi và hỏi tên em.

Em ngần ngừ. "Tên em là Esmé. Hiện tại em không nghĩ sẽ nói cho anh tên đầy đủ của em đâu. Em có tước hiệu, nhỡ anh lại bị choáng thì sao. Người Mỹ là vậy, anh biết mà."

Tôi bảo tôi không nghĩ mình sẽ như thế, nhưng dù sao đấy cũng là ý hay, tức là tạm thời không nói đến tước hiệu.

Ngay lúc ấy, tôi cảm thấy có hơi thở âm ấm của ai đó phả lên gáy. Tôi ngoảnh lại, suýt nữa thì quệt mũi với em trai của Esmé. Lờ tôi đi, thằng bé gọi chị bằng một giọng cao chói lói: "Cô Megley bảo chị phải về uống nốt trà đi!" Đã đưa tin xong, nó liền ngồi xuống ghế giữa chị nó và tôi, về bên phải tôi. Tôi thích thú nhìn nó. Trông nó rất ấn tượng trong chiếc quần cộc nâu Shetland, chiếc áo len đan màu xanh dương và cái cà vạt sọc. Nó nhìn lại tôi bằng đôi mắt lục mênh mông. "Tại sao trong phim mọi người lại nghiêng đầu khi hôn nhau?" nó hỏi.

"Nghiêng đầu?" tôi hỏi. Đấy là một câu hỏi đã làm tôi trăn trở suốt tuổi thơ. Tôi bảo tôi đoán là bởi mũi của diễn viên đều to quá, nếu thẳng đầu mà hôn thì sẽ cạ vào nhau mất.

"Nó là Charles," Esmé nói. "Nó cực kỳ thông minh so với tuổi."

"Nhóc có đôi mắt xanh thật đấy. Phải không, Charles?"

Charles ném cho tôi cái nhìn hồ nghi mà câu hỏi của tôi đáng nhận, rồi nó ngọ nguậy lên xuống trên ghế cho đến khi toàn bộ người nó đã trườn xuống dưới bàn, chừa lại mỗi cái đầu ngật ra trên ghế. "Mắt màu cam cơ mà," nó nói bằng một giọng gượng, với trần nhà. Nó túm lấy một góc chiếc khăn trải bàn rồi kéo lên che khuôn mặt đẹp, mà đơ của mình.

"Thỉnh thoảng nó thông minh, thỉnh thoảng không," Esmé nói. "Charles, ngồi dậy đi!"

Charles vẫn giữ nguyên tư thế ấy. Hình như nó đang nín thở.

"Nó nhớ bố lắm. Bố bọn em bị g-i-ế-t ở Bắc Phi."

Tôi tỏ vẻ thương tiếc khi nghe đến đó.

Esmé gật đầu. "Bố yêu nó lắm." Em trầm ngâm cắn vào móng ngón cái. "Trông giống hệt mẹ em – ý em là Charles. Em thì nom giống hệt bố." Em vẫn tiếp tục cắn móng tay. "Mẹ em là một người nồng nhiệt lắm. Bà hướng ngoại. Bố em thì hướng nội. Nhìn bề ngoài thì họ có vẻ xứng đôi vừa lứa lắm. Thẳng thắn mà nói, bố thật sự cần một bạn đời khôn ngoan hơn mẹ. Bố em là một thiên tài đấy."

Tôi chăm chú đợi nghe thêm nữa, nhưng câu chuyện chỉ đến đó. Tôi nhìn xuống Charles, thằng bé giờ đang tựa một bên mặt lên ghế. Khi thấy tôi đang nhìn nó, nó liền nhắm mắt, vẻ như đang ngủ, thật giống thiên thần, rồi nó thè lưỡi ra – lưỡi nó mới dài làm sao – và thực hiện cái mà ở nước *tôi* hẳn sẽ là một hành động cảm tạ hết sảy tới một trọng tài bóng chày cận thị. Cả phòng trà đều khá choáng.

"Dừng lại," Esmé nói, không nao núng chút nào. "Nó thấy một người Mỹ làm thế khi người ta xếp hàng mua cá với khoai chiên, thế là giờ cứ lúc nào chán nó lại làm vậy. Dừng lại ngay, không thì chị cho em ra chỗ cô Megley đấy."

Charles mở đôi mắt thật to của nó, như ra dấu rằng nó có nghe lời đe dọa của chị, nhưng ngoài ra nó trông không đặc biệt hoảng. Nó lại nhắm mắt và tiếp tục tựa một bên mặt xuống ghế.

Tôi bảo rằng có lẽ thằng bé nên giữ lại – ý là cái hành động lè lưỡi phun phì phì ấy – cho đến khi nó bắt đầu sử dụng tước hiệu thường xuyên. Tất nhiên là nếu nó có tước hiệu.

Esmé nhìn tôi hơi lạnh lùng một lúc lâu. "Anh có cái kiểu hài hước tỉnh khô nhỉ, phải không?" em nói – vẻ đăm chiêu. "Bố nói em chẳng có tí hài hước nào hết. Bố bảo em còn non nớt với đời lắm bởi em không có khiếu hài."

Nhìn em, tôi châm một điếu thuốc và bảo tôi không nghĩ khiếu hài hước có ích lợi gì vào những lúc thực sự gay go.

"Bố bảo có đấy."

Câu đấy khẳng định niềm tin của em, chứ không phải một câu cãi, và tôi mau chóng đổi chiến thuật. Tôi gật đầu và bảo hắn là bố em có cái nhìn xa, còn tôi thì nhìn gần (bất kể *cái đó* nghĩa là gì).

"Charles nhớ bố nhiều lắm," một lúc sau Esmé nói. "Bố em là người đáng yêu cực kỳ. Ông ấy cũng vô cùng đẹp trai nữa. Đúng là diện mạo thì không quá quan trọng, nhưng ông đẹp trai thật. Ông có một đôi mắt sắc sảo kinh khủng, đối với một người về bản chất là dịu dàng đến vậy."

Tôi gật đầu. Tôi nói tôi hình dung bố em có một vốn từ vựng rất đặc biệt.

"À phải; hẳn rồi," Esmé nói. "Bố em thích lưu trữ – tất nhiên là a ma tơ thôi."

Lúc đó, tôi cảm thấy một cái vỗ thúc bách, gần như một cú thụi, vào bắp tay tôi, từ phía Charles. Tôi ngoảnh sang nó. Giờ nó đang ngồi trên ghế trong một tư thế khá bình thường, trừ việc nó đút một chân dưới mông. "Một bức tường nói gì với bức tường khác?" nó the thé hỏi. "Câu đố đấy!"

Tôi đảo mắt lên trần vẻ suy nghĩ và nhắc lại thành tiếng câu hỏi. Rồi tôi nhìn Charles với vẻ lúng túng và bảo tôi xin đầu hàng.

"Gặp cậu ở góc đường nhé!" câu chốt tung ra với âm lượng cao nhất.

Chính Charles là người khoái chí nhất. Thằng bé thấy câu đố ấy buồn cười không chịu nổi. Esmé phải đứng lên ra vỗ lưng cho nó, như thể chữa cho nó khỏi một cơn ho. "Nào, dừng lại đi," em nói. Em quay lại ghế của mình.

"Nó gặp ai cũng đố câu ấy, lần nào cũng bị phấn khích quá. Nó hay rỏ dãi lúc cười lắm. Nào, làm ơn dừng lại đi."

"Đấy là một trong những câu đố hay nhất anh từng nghe đấy," tôi nói, nhìn Charles, lúc này đang dần dà hồi lại. Đáp lại lời khen ấy, nó tụt xuống ghế rồi lại lấy mép khăn trải bàn che mặt đến mắt. Rồi nó nhìn tôi bằng đôi mắt ló ra ấy, đôi mắt chứa đầy niềm vui đang dần nhạt đi và niềm tự hào của một người biết một hai câu đố ra trò.

"Em có thể hỏi anh làm nghề gì trước khi vào quân đội không?" Esmé hỏi tôi.

Tôi bảo tôi chẳng nghề ngỗng gì cả, tôi mới chỉ ra trường một năm, nhưng tôi thích coi bản thân là một cây bút truyện ngắn chuyên nghiệp.

Em gật đầu lịch sự. "Đã xuất bản chưa?" em hỏi.

Một câu hỏi quen thuộc nhưng luôn động chạm, một câu hỏi tôi chẳng thể trả lời ngắn gọn cho được. Tôi bắt đầu giải thích hầu hết chủ bút ở Mỹ đều là một lũ...

"Bố em viết hay lắm," Esmé ngắt lời. "Em giữ lại một số thư từ của bố cho thế hệ sau."

Tôi bảo ý tưởng đó nghe rất hay. Tôi tình cờ nhìn vào chiếc đồng hồ mặt to trông như đồng hồ bấm giờ của em. Tôi hỏi có phải đấy là đồng hồ của bố em.

Em nghiêm ngắn nhìn xuống cổ tay. "Vâng, đúng thế," em nói. "Bố tặng em ngay trước khi Charles và em được sơ tán." Vẻ e dè, em rụt tay khỏi bàn, nói, "Tất nhiên chỉ là một kỷ vật thôi." Em lái cuộc trò chuyện sang một hướng khác. "Em sẽ cực kỳ vui nếu có lúc nào đó anh viết một câu chuyện dành riêng cho em. Em ngốn sách nhiều lắm đó."

Tôi bảo em nếu có thể tôi nhất định sẽ làm thế. Tôi bảo tôi viết không quá năng suất.

"Không cần phải quá năng suất! Chỉ là truyện đừng trẻ con và ngớ ngẩn là được." Em ngẫm nghĩ. "Em thích những truyện về cảnh bệ rạc."

"Về cái gì cơ?" tôi hỏi, rướn mình tới trước.

"Bệ rạc. Em cực kỳ quan tâm đến sự bệ rạc."

Tôi sắp sửa nài em nói kỹ hơn, thì cảm thấy Charles đang véo mạnh vào tay tôi. Tôi ngoảnh qua nó, hơi nhăn mặt. Nó đang đứng ngay cạnh tôi. "Một bức tường nói gì với bức tường khác?" nó hỏi, chẳng khách sáo tí nào.

"Em hỏi anh ấy rồi còn gì," Esmé nói. "Dừng lại đi."

Lờ tịt chị nó, rồi giẫm lên một bên chân tôi, Charles nhắc lại câu hỏi then chốt của nó. Tôi để ý thấy nút thắt cà vạt của nó bị lệch. Tôi chỉnh lại cà vạt cho nó, rồi nhìn thẳng vào mắt nó, mà nói, "Gặp cậu ở góc phố phải không?"

Ngay khi vừa nói ra, tôi đã ước mình không làm thế. Miệng Charles há hốc. Tôi cảm thấy như thể chính tôi đã táng một cú gây ra cái diện mạo đó. Nó bước xuống khỏi chân tôi, bừng bừng như bị hạ nhục, rồi đi tới bàn của nó mà không hề ngoái lại.

"Nó lên cơn rồi," Esmé nói. "Nó cục tính lắm. Mẹ em cứ nuông chiều nó. Bố em là người duy nhất không chiều hư nó."

Tôi cứ nhìn mãi Charles, nó ngồi xuống và bắt đầu uống trà, cả hai tay đỡ lấy cốc. Tôi mong nó ngoảnh lại, nhưng không.

Esmé đứng dậy. "*Il faut que je parte aussi*,[1]" em thở dài nói. "Anh có biết tiếng Pháp không?"

Tôi đứng dậy khỏi ghế, cảm xúc lẫn lộn giữa bối rối và tiếc nuối. Esmé và tôi bắt tay; tay em, đúng như tôi nghĩ, là bàn tay một người bồn chồn, lòng bàn tay ướt đẫm. Tôi nói với em bằng tiếng Anh, rằng tôi rất vui khi có em ngồi chung bàn.

Em gật đầu. "Em cũng nghĩ thế," em nói. "Em khá là cởi mở so với tuổi đó." Em lại chạm tay lên tóc lần nữa. "Em hết sức xin lỗi về mái tóc này," em nói. "Hẳn là em trông gớm lắm."

"Không hề! Thực tế anh nghĩ tóc em đã gợn sóng trở lại rồi đó."

Em giơ ngay tay lên sờ tóc. "Anh có sớm trở lại đây không, thời gian tới ấy?" em hỏi. "Thứ Bảy nào bọn em cũng tới đây, sau buổi tập ca đoàn."

Tôi đáp tôi chẳng mong gì hơn thế, nhưng thật không may, tôi khá chắc là mình sẽ không thể quay lại đây.

"Nói cách khác, không thể cãi lại quyết định điều động được," Esmé nói. Em không có ý gì là sắp rời khỏi chỗ cái bàn. Thực tế là em đứng vắt bàn chân này qua bàn

1. (Tiếng Pháp) Em cũng phải đi đây.

chân kia, rồi nhìn xuống và ướm cho hai mũi giày thẳng nhau. Thật là một màn biểu diễn nho nhỏ, bởi em đang diện tất trắng, mắt cá chân và bàn chân em thì thật đáng yêu. Em thình lình ngước lên nhìn tôi. "Anh có thích em viết cho anh không?" em nói, mặt hơi ửng lên. "Em viết những bức thư cực kỳ rõ ràng cho một người..."

"Anh thích lắm." Tôi lấy bút chì với giấy ra và viết tên mình, cấp bậc, mã số và số bưu chính quân đội.

"Em sẽ viết cho anh trước," em nói, nhận tờ giấy, "như thế anh sẽ không thấy bị *tổn* thương." Em nhét tờ giấy ghi địa chỉ vào túi váy. "Tạm biệt," em nói, rồi trở lại bàn mình.

Tôi gọi thêm một bình trà, ngồi ngắm hai chị em cho đến khi họ cùng cô Megley buồn phiền đứng dậy ra về. Charles đi trước, khập khiễng nom đến khổ, như người có một chân thọt mấy chục phân so với chân còn lại. Nó không nhìn ra chỗ tôi. Cô Megley đi sau, rồi đến Esmé, em vẫy tay với tôi. Tôi vẫy lại, dợm đứng lên khỏi ghế. Thật là một khoảnh khắc cảm động lạ lùng đối với tôi.

Chưa đến một phút sau, Esmé quay lại phòng trà, túm tay áo len của Charles mà kéo nó theo sau. "Charles muốn hôn tạm biệt anh," em nói.

Tôi tức thì bỏ cốc trà xuống và bảo như thế thật chu đáo quá, nhưng em có *chắc* không?

"Có," em nói, thoáng vẻ quyết liệt. Em buông tay áo Charles ra, rồi đẩy nó một cái thật mạnh về phía tôi. Thằng bé tiến tới, mặt nó xám ngoét, rồi hôn tôi một phát vừa to vừa ướt ngay dưới tai phải. Ngay sau thử thách ấy, nó dợm lao ra cửa để thoát khỏi cái lối ủy mị này đi, nhưng tôi tóm được cái đai sau áo len nó, giữ lại, rồi hỏi nó, "Một bức tường nói gì với bức tường khác nhỉ?"

Gương mặt nó sáng lên. "Gặp cậu ở góc phố nhé!" nó ré lên, rồi phóng vụt ra khỏi phòng, hẳn là trong cơn kích động.

Esmé vẫn đứng bắt tréo ở mắt cá chân. "Anh có chắc là sẽ không quên viết cái truyện đó cho em không?" em hỏi. "Không nhất thiết phải *độc quyền* cho em. Có thể..."

Tôi nói nhất định là tôi sẽ không quên. Tôi bảo em là tôi chưa từng viết một truyện nào *cho* ai, nhưng có vẻ đây đích xác là lúc làm điều đó rồi.

Em gật đầu. "Hãy làm cho nó cực kỳ bệ rạc và cảm động nhé," em gợi ý. "Mà anh có quen cảnh bệ rạc không đấy?"

Tôi nói không hẳn, nhưng tôi đang dần quen hơn với nó, trong hình thức này hoặc hình thức khác, một cách dần dà, và tôi sẽ cố hết sức để đạt tới tiêu chuẩn của em. Chúng tôi bắt tay.

"Thật đáng tiếc là chúng ta đã không gặp nhau trong một hoàn cảnh bớt căng thẳng hơn, nhỉ?"

Tôi bảo đúng vậy, chắc chắn là như vậy.

"Tạm biệt," Esmé nói. "Em hy vọng anh sẽ trở về sau chiến tranh mà không sứt mẻ gì."

Tôi cảm ơn em, nói vài lời nữa rồi nhìn em rời khỏi phòng trà. Em đi chậm, trầm ngâm, vừa đi vừa rờ đuôi tóc mình xem đã khô chưa.

Đây là phần bệ rạc, hoặc cảm động, của câu chuyện, và cảnh thay đổi. Con người cũng thay đổi. Tôi vẫn có mặt, nhưng kể từ đây trở đi, vì những lý do mà tôi không được tự do tiết lộ, tôi đã giả dạng thật khéo đến độ ngay cả độc giả thông minh nhất cũng sẽ không nhận ra tôi.

Lúc đó là mười rưỡi đêm ở Gaufurt, Bavaria, vài tuần sau ngày V-E[1]. Thượng sĩ X đang ở phòng mình trên tầng hai một nhà dân mà anh và chín lính Mỹ khác đã đóng ở đó, từ trước cả sự kiện đình chiến. Anh ngồi trên một cái ghế gỗ gấp, bên một bàn viết nhỏ bừa bộn với những tiểu thuyết hải ngoại bìa giấy mở ra trước mặt anh, những cuốn sách anh đọc rất vất vả. Sự vất vả là do anh, không phải do tiểu thuyết. Mặc dù đám đàn ông sống ở tầng một thường là những người đầu tiên động vào những cuốn sách được gửi đến đây mỗi tháng bởi

1. Tức ngày Chiến thắng ở châu Âu (Victory in Europe Day), ngày 8/5/1945.

Cục Đặc biệt[1], dường như X thường xuyên được nhận những cuốn sách đúng ý anh. Nhưng anh là một thanh niên đã không được lành lặn bước ra từ cuộc chiến, và suốt hơn một tiếng đồng hồ anh đã đọc đi đọc lại ba lần các đoạn, còn giờ thì anh đang làm thế với các câu. Anh đột nhiên gấp sách lại mà không đánh dấu trang. Anh lấy tay che mắt khỏi ánh sáng điện gắt chói từ cái bóng đèn trần trên bàn.

Anh rút một điếu từ gói thuốc lá trên bàn, châm nó bằng những ngón tay cứ không ngừng va nhẹ vào nhau. Anh hơi ngả người trên ghế và hút mà chẳng cảm thấy vị gì. Anh đốt thuốc liên tục nhiều tuần rồi. Đầu lưỡi anh chỉ hơi chạm nhẹ là lợi anh chảy máu, và anh hầu như không thể ngăn mình làm thế; đấy là một trò chơi nho nhỏ, đôi khi anh chơi đến cả tiếng đồng hồ. Rồi, một cách đột ngột, nhưng quen thuộc, và như thường lệ, không một dấu hiệu cảnh báo, anh dường như cảm thấy tâm trí mình bị long ra, tròng trành, như hành lý tròng trành ở giá trên đầu. Anh mau chóng làm cái điều anh đã làm trong nhiều tuần để vãn hồi trật tự: anh ép mạnh hai bàn tay vào thái dương. Anh giữ chặt như thế một lúc. Tóc anh đã đến lúc phải cắt, nó cũng rất bẩn. Anh đã gội ba bốn lần trong hai tuần ở bệnh viện ở Frankfort, nhưng nó lại bẩn sau chuyến đi dài bụi bặm bằng xe jeep quay về Gaufurt. Hạ

1. Đơn vị chuyên lo dịch vụ giải trí trong quân đội Mỹ.

sĩ Z, người đã đến gọi anh ở bệnh viện, vẫn lái một chiếc jeep kiểu quân đội, tức là kính chắn gió ngả xuống, đình chiến hay không cũng kệ. Có hàng nghìn lính mới ở Đức. Lái xe kiểu quân đội, bẻ kính chắn gió xuống như thế, hạ sĩ Z hy vọng người ta thấy mình không thuộc vào đám lính mới kia, và nhất định là không phải một thằng bím mới ở E.T.O.[1]

Khi buông tay khỏi đầu, X bắt đầu nhìn chằm chằm vào mặt bàn viết, trên đó vương vãi ít nhất hai tá thư chưa bóc và ít nhất năm hay sáu gói hàng chưa bóc, tất cả đều để tên anh. Anh với ra sau đống đổ nát ấy rồi bốc một cuốn sách tựa vào bức tường. Đấy là một cuốn sách của Goebbels[2], tên là *Die Zeit ohne Beispiel*. Nó thuộc về người phụ nữ ba mươi tám tuổi, đứa con gái chưa chồng của cái gia đình vài tuần trước vẫn đang sống trong căn nhà này. Cô là một viên chức cấp thấp trong đảng Phát Xít, nhưng đủ cao để, theo tiêu chuẩn của Điều lệ Quân đội, xếp vào nhóm bắt giữ không cần án. Chính X là người bắt cô ta. Giờ đây, lần thứ ba kể từ khi anh từ bệnh viện trở về ngày hôm đó, anh mở cuốn sách của người phụ nữ ấy và đọc những dòng ghi chú ngắn ở trang trắng cuối sách. Được viết bằng mực, tiếng Đức, bằng một nét chữ

1. Tức *European Theater of Operations* (Chiến trường châu Âu).
2. Tức Joseph Goebbels, bộ trưởng bộ Giác ngộ quần chúng và Tuyên truyền của Đức Quốc Xã.

nhỏ, thành thực đến tuyệt vọng, là mấy chữ "Chúa ơi, đời là địa ngục". Không có gì trước nó, cũng không có gì sau nó. Đơn độc trên trang giấy, và trong cái tịch mịch bệnh hoạn của căn phòng, những chữ ấy dường như có tầm vóc của một cáo trạng miễn bàn cãi, thậm chí kinh điển. X nhìn chằm chằm vào trang giấy vài phút, cố gắng hết sức không để bị lừa mị. Rồi, với nhiều nhiệt huyết hơn bất cứ thứ gì anh từng làm trong nhiều tuần, anh cầm một mẩu bút chì và viết bên dưới dòng chữ đó, bằng tiếng Anh, "Thưa các cha và các thầy, tôi ngẫm 'Địa ngục là gì?' Tôi cho rằng đấy là nỗi đau khổ khi không thể yêu." Anh bắt đầu viết tên Dostoevsky dưới dòng chữ đó, nhưng lại thấy – với một nỗi hoảng chạy khắp cơ thể anh – rằng thứ anh viết ra gần như không thể đọc được. Anh đóng sách lại.

Anh nhanh chóng nhặt một thứ khác từ trên giá, một lá thư từ người anh của mình ở Albany. Nó đã ở trên bàn từ trước cả khi anh nhập viện. Anh mở bì thư, chỉ hơi quyết tâm đọc hết lá thư từ đầu đến cuối, nhưng chỉ đọc được nửa đầu trang thứ nhất. Anh dừng lại sau mấy chữ "Giờ thì cuộc chiến tranh ch.t. đã kết thúc, em hẳn là dư dả thời gian ở đó, hay là gửi cho đám nhóc đôi lưỡi lê hay mấy cái thập ngoặc..." Sau khi xé bức thư, anh cúi xuống nhìn những mẩu vụn nằm trong thùng rác. Anh nhận ra lúc đọc mình đã bỏ sót một bức ảnh. Anh có thể nhận ra chân của ai đó đứng trên một bãi cỏ ở đâu đó.

Anh đặt tay lên bàn rồi ngả đầu lên đó. Anh đau nhức từ đầu đến chân, mọi chỗ đau dường như phụ thuộc vào nhau. Anh giống như một cây thông Giáng sinh mà các bóng đèn được mắc nối tiếp, và chỉ cần một bóng hỏng thôi là tất cả cùng tắt.

Cánh cửa bật mở mà không có tiếng gõ cửa. X ngẩng lên, xoay đầu và thấy hạ sĩ Z đứng ở cửa. Hạ sĩ Z là người đi chung xe jeep với X và là đồng đội với anh kể từ D-Day qua suốt năm chiến dịch. Anh sống ở tầng một và thường lên gặp X những khi anh cần chỗ trút vài lời đồn hoặc nỗi uất ức nào. Anh là một thanh niên trẻ, cao lớn, ăn ảnh, chừng hai mươi tư. Trong chiến tranh, một tạp chí trong nước đã chụp ảnh anh ở rừng Hürtgen; anh đã chụp, còn hơn cả sẵn lòng, với một con gà tây lễ Tạ ơn ở mỗi tay. "Viết thư hở?" anh hỏi X. "Lạy Chúa chỗ này rợn người vãi." Anh lúc nào cũng thích vào một cái phòng bật đèn trên trần.

X xoay người lại trên ghế, mời anh vào, bảo cẩn thận kẻo giẫm vào con chó.

"Gì cơ?"

"Alvin. Nó nằm ngay dưới chân cậu ấy, Clay. Bật cái đèn chết tiệt lên được không?"

Clay tìm thấy công tắc đèn trần, bật lên, rồi bước qua cái phòng bé tí bằng cỡ phòng người hầu và ngồi xuống mép giường, đối mặt với chủ phòng. Mái tóc đỏ gạch của anh vừa mới chải, đang rỏ xuống từng giọt nước anh cần để chải chuốt cho thoải mái. Một cái lược với một cái quai gài bút máy ló ra, trông khá quen, từ túi phải cái áo phông xanh quân đội của anh ta. Trên túi áo trái anh đeo huy hiệu Bộ binh chiến đấu (đúng ra anh ta không được phép đeo), cùng huân chương Chiến trường châu Âu, trên có năm sao đồng (thay vì một sao bạc tương đương với năm sao đồng), và một huân chương phục vụ trước trận Trân Châu cảng. Anh thở dài nặng nhọc và nói, "Chúa toàn năng". Lời ấy chẳng có nghĩa gì; quân đội là thế. Anh lấy ra một gói thuốc lá từ túi áo phải, gõ ra một điếu, rồi cất gói thuốc đi và cài lại mép túi áo. Vừa hút thuốc, anh vừa nhìn vơ vẩn quanh phòng. Ánh mắt anh cuối cùng dừng lại ở cái radio. "Này," anh nói. "Có một chương trình cực đỉnh mấy phút nữa là lên sóng đấy. Có Bob Hope với nhiều người nữa."

X, tay mở một gói thuốc lá mới, bảo anh vừa tắt radio đi rồi.

Chẳng nao núng, Clay nhìn X cố châm điếu thuốc. "Chúa ơi," anh nói, với sự quan tâm của kẻ đứng ngó, "bây phải coi lại cái tay đi. Nó run lẩy bẩy kìa. Có biết không đó?"

X đã châm được điếu thuốc, liền gật đầu và bảo Clay thật là tinh ý.

"Này, không đùa đâu. Tớ suýt ngất khi nhìn thấy cậu ở bệnh viện ấy. Trông hệt như *cái xác*. Tụt bao nhiêu cân ấy nhỉ? Có biết không?"

"Không biết nữa. Lúc tớ vắng thì có nhận được thư không? Nghe được gì từ Loretta không?"

Loretta là bạn gái của Clay. Họ dự tính kết hôn ngay khi thuận tiện. Cô viết cho anh khá đều đặn, từ một thiên đường ba dấu chấm cảm cùng nhiều quan sát lầm lộn. Suốt cuộc chiến, Clay đã đọc tất cả thư của Loretta cho X nghe, bất kể chúng thân mật đến đâu – mà thực tế là càng thân mật càng tốt. Thói quen của anh sau mỗi lần đọc là nhờ X nghĩ xem nên viết thư trả lời thế nào, độn vào đó cái gì, hoặc thêm vào vài từ tiếng Pháp hoặc tiếng Đức cho ngầu.

"Ừa, hôm qua tớ nhận được thư của nàng. Dưới phòng tớ. Sẽ cho cậu xem sau," Clay nói, vẻ thờ ơ. Anh ngồi thẳng lưng trên mép giường, nín thở, rồi phát ra một tiếng ợ dài và vang. Trông có vẻ kết quả chỉ thỏa mãn anh lưng chừng, anh lại thả lỏng người. "Thằng anh chết tiệt của nàng được ra khỏi hải quân vì cái hông," anh nói. "Được mỗi cái hông, thằng chết giẫm." Anh lại ngồi thẳng dậy và thử ợ phát nữa, nhưng kết quả đều không như ý. Mặt anh thoảng vẻ nghiêm trọng. "Này. Nói kẻo quên. Sáng mai chúng mình phải dậy lúc năm giờ và đi xe đến Hamburg hoặc chỗ nào đấy. Đi nhận áo Eisenhower cho cả phân đội."

X, nhìn anh với vẻ thù địch, bảo rằng anh không cần áo Eisenhower làm gì hết.

Clay tỏ vẻ ngạc nhiên, gần như hơi tổn thương. "Ơ, đồ tốt mà! Trông được lắm. Sao thế?"

"Chẳng sao cả. Tại sao phải dậy lúc năm giờ làm gì? Chúa ơi, chiến tranh kết thúc rồi mà."

"Tớ không biết – chúng mình phải về trước bữa trưa. Có mấy cái mẫu đơn mới phải điền trước bữa trưa... Tớ đã hỏi Bulling tại sao ta không điền luôn tối nay – thằng đó *để* mớ đơn chết tiệt ngay trên bàn. Hắn chưa muốn mở mấy cái phong bì, cái thằng chó."

Cả hai ngồi im lặng một lúc, thầm hận Bulling.

Clay đột nhiên nhìn X với một vẻ hứng thú mới – hứng thú hơn trước đó. "Này," anh nói. "Có biết là một bên mặt cậu đang giật đùng đùng không?"

X bảo anh biết rồi và lấy tay che cơn máy giật trên mặt.

Clay nhìn anh chằm chằm một lúc, rồi bảo, khá hăm hở, như thể anh là người mang tới tin đặc biệt tốt, "Tớ viết cho Loretta bảo cậu bị suy nhược thần kinh."

"Hả?"

"Ừa. Ẻm hứng thú với mấy thứ ấy lắm. Chuyên ngành tâm lý mà lị." Clay nằm xải lai trên giường, vẫn đi giày. "Cậu biết ẻm nói gì không? Ẻm bảo chẳng thằng đếch nào bị suy nhược thần kinh chỉ vì chiến tranh sất. Ẻm bảo cậu bất ổn sẵn rồi ấy, chiến tranh mẹ gì."

X vắt tay lên mắt – ánh sáng trên giường hình như làm anh lóa quá – rồi bảo sự thấu suốt của Loretta vào mọi thứ luôn là một nguồn vui.

Clay liếc về phía anh. "Nghe này," anh nói. "Ẻm biết về tâm lý hơn đếch gì *cậu* đâu."

"Này, cậu thấy có thể bỏ cái chân thối của cậu ra khỏi giường tôi không?" X nói.

Clay vẫn để chân tại chỗ trong vài giây theo kiểu đừng-bảo-tớ-phải-để-chân-ở-đâu, rồi vung chân xuống sàn mà ngồi dậy. "Đằng nào tớ cũng xuống nhà đây. Phòng Walker cũng có radio." Nhưng anh không đứng dậy khỏi giường. "Này. Tớ vừa bảo cái thằng Bernstein ở dưới nhà ấy. Có nhớ lúc tớ với cậu lái xe vào Valognes, chúng mình bị giã pháo cối hết con mẹ nó hai tiếng, với con mèo chết tiệt bị tớ bắn, cái con nhảy lên ca pô xe jeep lúc chúng mình nằm trong hố ấy? Nhớ không?"

"Rồi – đừng có khơi lại chuyện con mèo đấy nữa, Clay, tổ sư nó. Tớ không muốn nghe về nó."

"Không, tớ chỉ định bảo là tớ có viết cho Loretta về vụ đó. Ẻm và cả lớp tâm lý học đem ra thảo luận luôn. Trên lớp mới vãi. Đầy đủ cả lão giáo sư, chả thiếu ai."

"Rồi rồi. Tớ không muốn nghe thêm nữa, Clay."

"Không, cậu biết Loretta bảo tại sao tớ lại bắn bừa vào con mèo không? Ẻm bảo tớ bị mất trí tạm thời. Đếch đùa luôn. Vì bị giã cối đó."

X tức thì xọc bàn tay vào mái tóc bẩn, rồi che mắt khỏi ánh sáng. "Cậu không mất trí. Cậu làm nhiệm vụ của mình thôi. Cậu giết con đĩ mèo ấy một cách nam tính chẳng kém bất cứ ai, trong hoàn cảnh như thế."

Clay nhìn anh vẻ hồ nghi. "Cậu đang nói cái mẹ gì vậy?"

"Con mèo là gián điệp. Cậu *phải* nã nó thôi chứ sao nữa. Nó chính là một tay Đức nhỏ thó ranh ma mặc một cái áo khoác lông rẻ tiền. Thế nên tuyệt đối chẳng có gì là tàn bạo, hay độc ác, hay bẩn thỉu, hay thậm chí..."

"Con mẹ nó!" Clay nói, môi mím lại. "Cậu không thể *thành thật* được à?"

X đột nhiên thấy buồn nôn, anh xoay người trên ghế rồi chộp lấy cái giỏ rác – vừa kịp.

Khi anh ngồi thẳng dậy và quay về phía vị khách, anh thấy anh ta đang đứng giữa đường từ giường ra cửa, vẻ lúng túng. X định xin lỗi, nhưng lại đổi ý và với lấy mấy điếu thuốc.

"Ngồi xuống nghe Hope trên radio đi, nào," Clay nói, giữ khoảng cách nhưng vẫn cố tỏ ra thân ái. "Tốt cho cậu đấy. Không đùa đâu."

"Đi trước đi, Clay... Tớ còn xem bộ sưu tập tem của tớ nữa."

"Hả? Cậu có sưu tập tem à? Tớ không biết cậu..."

"Đùa thôi."

Clay bước vài bước chậm về phía cửa. "Chốc nữa chắc tớ đi Ehstadt đấy," anh nói. "Có khiêu vũ ở đấy. Chắc phải đến hai giờ sáng mới hết. Muốn đi không?"

"Thôi, cảm ơn... Tớ tập vài đường trong phòng là được rồi."

"OK. Ngủ ngon! Lạy Chúa, đừng có căng thẳng đấy." Cửa đóng sầm lại, rồi tức thì mở ra. "Này. OK không nếu tớ để thư cho Loretta trước cửa phòng cậu? Tớ viết ít tiếng Đức vào đó. Cậu sửa cho tớ nhé?"

"Rồi rồi. Giờ để tớ yên, mẹ kiếp."

"Chắc chắn rồi," Clay nói. "Cậu biết mẹ tớ viết gì cho tớ không? Bả viết là bả rất mừng tớ với cậu ở bên nhau suốt cuộc chiến. Trên cùng một chiếc xe, kiểu thế. Bả bảo thư tớ viết dễ hiểu hơn nhiều từ hồi chúng mình đi với nhau."

X ngước lên nhìn bạn, rồi nói, một cách gắng sức, "Cảm ơn. Bảo mẹ cậu mình cảm ơn."

"Nhớ rồi. Ngủ ngon!" Cửa sập lại, lần này đóng hẳn.

X ngồi nhìn cánh cửa một lúc lâu, rồi xoay ghế về phía bàn viết và nhặt cái máy đánh chữ di động dưới đất lên. Anh dọn chỗ cho nó trên mặt bàn bừa bộn, gạt đi chồng thư và bưu phẩm chưa mở đã đổ ngổn ngang. Anh nghĩ nếu anh viết một bức thư cho một người bạn cũ ở New York, cơn bệnh của anh sẽ thuyên giảm, dù chỉ một chút. Nhưng anh không thể nhét được tờ giấy gọn gàng vào trục máy, vì mấy ngón tay run dữ quá. Anh buông thõng tay bên mình một phút, rồi thử lại, nhưng rốt cuộc lại làm nhàu luôn tờ giấy.

Anh biết anh phải bỏ cái giỏ rác ra khỏi phòng, nhưng thay vì làm gì với nó, anh lại đặt tay lên máy đánh chữ, rồi ngả đầu, nhắm mắt.

Một vài phút thình thịch sau đó, khi mở mắt, anh

thấy mình đang liếc tới một cái gói nhỏ chưa mở được bọc giấy màu lục. Chắc nó đã lăn ra khỏi chồng khi anh dẹp chỗ cho cái máy đánh chữ. Anh thấy nó đã đổi địa chỉ nhận vài lần. Ở một bên cái gói anh nhận ra ít nhất ba số bưu chính quân đội cũ của mình.

Anh hờ hững mở cái gói, chẳng buồn nhìn đến địa chỉ trả lại. Anh mở nó bằng cách châm một que diêm để đốt dây. Anh thích thú nhìn sợi dây cháy tận hơn là mở cái hộp, nhưng rốt cuộc thì anh cũng mở được nó.

Bên trong hộp, một lá thư viết mực đặt trên một vật nhỏ gói trong giấy ăn. Anh cầm lá thư lên mà đọc.

17, ĐƯỜNG —,
—, DEVON
7/6/1944

THƯỢNG SĨ X THÂN MẾN,

Em hy vọng anh thứ lỗi vì mất đến 38 ngày mới bắt đầu gửi thư cho anh, nhưng em bận cực kỳ ấy vì dì em bị nhiễm liên cầu khuẩn họng suýt chết, em cứ bị chất lên hết trách nhiệm này đến trách nhiệm khác, chẳng tránh được. Dẫu vậy em nghĩ đến anh luôn, đến buổi chiều cực kỳ dễ chịu chúng ta ngồi cùng nhau vào ngày 30 tháng Tư năm 1944 từ lúc 3:45 đến 4:15 chiều trong trường hợp anh đã quên.

Chúng em đều cực kỳ hoảng và lo sợ về D-Day, chỉ mong nó sẽ sớm kết thúc chiến tranh, sớm kết thúc một lối tồn tại nói nhẹ nhất cũng là lố bịch. Charles và em đều lo cho anh; bọn em hy vọng anh không nằm trong số những người đầu tiên tấn công bán đảo Cotentin. Anh có nhận nhiệm vụ ấy không? Hãy trả lời thư em càng nhanh càng tốt. Gởi lời thăm nồng ấm nhất của em tới vợ anh.

Thân,

Esmé

Tái bút: Em đã tự tiện gửi kèm chiếc đồng hồ đeo tay của em, để anh giữ trong quãng thời gian chiến đấu. Em không để ý anh có đeo đồng hồ không trong cuộc gặp gỡ ngắn ngủi của chúng ta, nhưng cái này kháng nước kháng sốc cực kỳ, cùng với rất nhiều công dụng khác chẳng hạn như nếu muốn ta có thể biết được tốc độ di chuyển. Em khá chắc là anh sẽ tận dụng được nó trong những ngày khó khăn ấy, hơn là em, và anh sẽ nhận nó như một chiếc bùa may mắn.

Charles, giờ em đang dạy nó đọc viết, và thấy nó là một đứa trẻ thông minh cực kỳ, nó muốn thêm vào vài chữ. Hãy viết lại cho em ngay khi anh muốn và có thời gian.

CHÀO ANH CHÀO ANH CHÀO ANH CHÀO ANH CHÀO ANH CHÀO ANH CHÀO ANH CHÀO ANH YÊU VÀ HÔN CHALES

Mất một lúc lâu X mới có thể đặt lá thư qua một bên, chứ chưa nói đến việc nhấc chiếc đồng hồ của bố Esmé ra khỏi hộp. Khi cuối cùng cũng nhấc được nó ra, anh thấy mặt kính của nó đã vỡ trong quá trình vận chuyển. Anh băn khoăn không biết cái đồng hồ có bị hỏng không, nhưng anh không đủ dũng khí lên cót để kiểm tra. Anh cứ ngồi đó cầm chiếc đồng hồ trên tay một lúc lâu. Rồi đột ngột, gần như ngây ngất, anh thấy buồn ngủ.

Em đến với một người thực sự buồn ngủ, Esmé ạ, và anh ta *luôn* có cơ may được trở lại làm một con người hoàn toàn không sứt mẻ.

Miệng xinh sắc trắng mắt người xanh sao

Lúc chuông điện thoại kêu, người đàn ông tóc hoa râm hỏi cô gái, không được hòa nhã cho lắm, rằng cô có, vì bất cứ lý do nào, muốn ông không nhấc máy không. Cô gái nghe ông nói như thể từ nơi nào xa xôi, quay mặt cô về phía ông, một mắt – ở bên sáng – nhắm tịt lại, mắt còn mở thì rất to, dù hơi gian, và xanh đến độ gần như chuyển sang tím. Người tóc hoa râm bảo cô nhanh lên, và cô rướn người dậy trên cẳng tay phải, đủ nhanh để cử động ấy trông không chiếu lệ quá. Cô lấy tay trái gạt tóc khỏi trán và bảo, "Chúa ơi. Em không biết. Ý em là anh nghĩ sao?" Người tóc bạc bảo ông thấy ngả nào thì cũng chẳng khác biệt đếch gì, và luồn bàn tay trái của mình xuống dưới tay trụ của cô gái, bên trên khuỷu, những ngón tay lần lên, chiếm một chỗ giữa phần bắp tay ấm áp và lồng ngực của cô. Ông với chiếc điện thoại bằng tay phải. Để không mò mẫm, ông phải rướn người lên cao hơn một chút, khiến cho gáy ông sượt vào một góc cái chụp đèn. Trong khoảnh khắc ấy, ánh đèn đặc biệt, mà đúng hơn là chói lói, làm đẹp cho mớ tóc hoa râm phần nhiều là bạc của ông. Mặc dù lúc đó mớ tóc rối bù, vẫn có thể thấy là nó mới được cắt – hoặc đúng hơn là mới được tút tát. Đường viền gáy và chỗ thái dương đã được cắt rất sát, nhưng phần mai và đỉnh đầu thì lại được để khá dài, và thực tế là trông có hơi "khác biệt". "A lô?" ông nói vào điện thoại, tiếng vang vang. Cô gái chống người trên cẳng tay mà ngó ông. Mắt cô, đơn thuần là mở to chứ không phải cảnh giác hay suy đoán, chủ yếu phản chiếu kích cỡ và màu sắc của chính chúng.

Một giọng đàn ông – lạnh như băng, mà chẳng hiểu sao, theo một lối lếu láo, gần như tục tĩu, khiến cuộc trò chuyện trở nên nhộn hơn – vang lên từ ống nghe: "Lee? Tớ làm đằng ấy dậy à?"

Người tóc hoa râm liếc nhanh sang trái, về phía cô gái. "Ai đấy?" ông ta hỏi. "Arthur à?"

"Ừa – tớ làm cậu dậy à?"

"Không, không. Đây nằm đọc sách thôi. Có chuyện gì à?"

"Có chắc tớ không làm cậu dậy không? Thề có Chúa?"

"Không, không – tuyệt đối không," người tóc hoa râm nói. "Nói thực là dạo này tớ chỉ ngủ được chừng bốn tiếng chập chờn..."

"Lee, tớ gọi đằng ấy là có chuyện này, ấy có thấy Joanie về lúc nào không? Có tình cờ thấy em ấy đi với nhà Ellenbogen không?"

Người tóc hoa râm lại nhìn sang trái, nhưng nhìn cao hơn, quá đầu của cô gái giờ đang nhìn ông giống như một cảnh sát trẻ mắt xanh người Ai Len. "Không, không thấy, Arthur ơi," ông nói, mắt ông hướng tới góc phòng tối lờ mờ bên kia, nơi bức tường giáp trần nhà. "Em ấy không về với cậu à?"

"Không. Trời ạ, không. Tức là cậu không nhìn thấy em ấy về à?"

"Ờ, không, thực sự là vậy, tớ không có thấy, Arthur à," người tóc hoa râm nói. "Thực ra thì, thực tế là, tớ chẳng có nhìn thấy cái cóc khô gì hết cả buổi tối. Lúc tớ mở cửa bước vào, tớ mắc luôn vào một mớ con cà con kê của cái thằng khùng người Pháp, người Viên – bố ai biết được nó là thằng nào. Mấy thằng nước ngoài ấy thằng chó nào cũng chực sẵn xem có ai thảy cho lời khuyên pháp lý miễn phí nào không. Sao? Có chuyện gì thế? Joanie lạc à?"

"Ôi Chúa ơi. Ai biết được? Tớ không biết. Cậu cũng biết tính em ấy những lúc xỉn quắc cần câu rồi lồng lên đòi đi. *Tớ* không biết nữa. *Có khi* em ấy..."

"Cậu gọi vợ chồng Ellenbogen chưa?" người tóc hoa râm hỏi.

"Rồi. Họ vẫn chưa về đến nhà. Tớ không biết nữa. Chúa ơi, tớ thậm chí còn chẳng dám chắc là em ấy *ra về* với họ nữa. Tớ chỉ biết một điều. Mẹ nó, chỉ một điều thôi. Tớ chán cảnh nghĩ ngợi dằn vặt lắm rồi. Không đùa đâu. Lần này tớ nói thật đấy. Tớ chán lắm rồi. Năm năm. Chúa ơi."

"Được rồi, bình tĩnh một tí nào, Arthur," người tóc hoa râm nói. "Trước tiên, theo tớ biết nhà Ellenbogen, thì chắc là bọn họ sẽ nhảy taxi rồi đi về khu Village được một hai tiếng rồi. Chắc là ba người bọn họ xông..."

"Tớ có cảm giác nó đi cặp với thằng chó nào đó trong bếp. Tớ chỉ cảm thấy thế thôi. Lúc nào cũng thế, cứ nốc đẫy vào là nó bắt đầu đi ôm ấp thằng chó nào đó ở trong bếp. Tớ chán lắm rồi. Thề với Chúa là lần này tớ nói thật đấy. Năm năm con mẹ nó..."

"Cậu đang ở đâu, Arthur?" người tóc hoa râm hỏi. "Ở nhà à?"

"Ừ. Ở nhà. Không đâu bằng ở nhà. Lạy Chúa."

"Ừ, cố đừng căng thẳng quá... Cậu đang... lại xỉn à, hay sao?"

"Tớ không biết nữa. Tớ biết thế chó nào được?"

"Được rồi, nghe này. Thư giãn đi. Thư giãn," người tóc hoa râm nói. "Cậu biết vợ chồng Ellenbogen rồi đấy, trời ạ. Chắc có chuyện thôi chứ, chắc họ nhỡ chuyến tàu cuối. Chắc ba người bọn họ sắp xông vô cậu bất cứ lúc nào, hớn hở vui vẻ sau một đêm..."

"Họ đi xe hơi."

"Sao cậu biết?"

"Bảo mẫu nhà họ. Bọn tớ trò chuyện với nhau thú lắm đấy. Bọn tớ thân chết mẹ ra. Như hai hạt đậu trong cùng một cái vỏ chết tiệt ấy."

"Được rồi. Được rồi. Thế thì sao? Cậu có chịu ngồi

im mà thư giãn đi không?" người tóc hoa râm nói. "Cả ba người họ chắc sắp xộc vào phòng cậu ngay đây. Cứ tin lời tớ. Cậu biết Leona còn gì. Tớ không biết là như thế nào nữa... Bọn họ đều có cái kiểu *phấn* khởi Connecticut ấy lúc về New York. Cậu biết mà."

"Ừ. Tớ biết. Tớ biết. Mà tớ cũng chẳng biết nữa."

"Chắc chắn là cậu biết mà. Dùng trí tưởng tượng của cậu đi. Hai vợ chồng họ chắc đang kéo Joanie xềnh xệch..."

"Này. Chẳng có ai phải *kéo* Joanie đi *đâu* hết. Đừng có nói với mấy thứ lôi kéo ấy."

"Chẳng ai nói với cậu mấy thứ lôi kéo ấy đâu, Arthur," người tóc hoa râm bình thản nói.

"Tớ biết, tớ biết! Tớ xin lỗi. Chúa ơi, tớ đang mất trí rồi. Thề có Chúa, cậu có chắc là tớ không làm cậu mất giấc không?"

"Nếu có thì tớ sẽ bảo, Arthur," người tóc hoa râm nói. Ông lơ đễnh rút bàn tay khỏi thế kẹp giữa bắp tay và lồng ngực cô gái. "Này Arthur. Cậu muốn nghe lời khuyên không?" ông nói. Ông lấy ngón tay kẹp lấy dây điện thoại, ngay dưới ống nói. "Ý tớ là bây giờ ấy. Muốn một lời khuyên không?"

"Ừ. Tớ không biết nữa. Chúa ơi, tớ làm cậu phải thức rồi. Tại sao tớ không cúp..."

"Nghe tớ một phút này," người tóc hoa râm nói. "Trước tiên – ý tớ là bây giờ ấy – lên giường thư giãn đi. Làm một ly cuối thật đầy cho dễ ngủ, rồi chui vào..."

"Một ly *cuối!* Cậu đùa à? Tớ vừa nốc hết gần lít trong hai tiếng vừa rồi đấy. Một ly *cuối!* Tớ xỉn đến độ chẳng thể..."

"Được rồi. Được rồi. Giờ thì lên giường đi," người tóc hoa râm nói. "Thư giãn đi... nghe tớ nói không? Nói thật đi. Cứ ngồi rầu rĩ như vậy thì cũng có được cái gì không?"

"Ừ, tớ biết. Tớ còn chẳng lo ấy, lạy Chúa, nhưng cậu không thể tin nó được! Thề có Chúa. Tớ thề có Chúa là cậu không thể làm thế. Tin nó có mà bán thóc... tớ chẳng biết *nữa*. A a, để làm gì cơ chứ? Tớ mất trí mẹ nó rồi."

"Được rồi. Thế giờ quên nó đi. Quên nó đi. Giúp tớ một việc, bỏ hết cái đó ra khỏi óc cậu đi, được không?" người tóc hoa râm nói. "Cậu biết không, cậu đang... tớ thực sự nghĩ cậu đang chuyện bé xé ra..."

"Cậu biết tớ làm gì à? *Cậu biết tớ làm gì à?* Nói thì xấu hổ, nhưng cậu biết tớ làm cái chết tiệt gì mỗi tối không? Khi tớ về nhà ấy? Muốn biết không?"

"Arthur, nghe này, đây không phải..."

"*Đợi* đã... Để tớ *nói* cậu nghe, mẹ kiếp. Tớ phải kiềm chế không mở tất cả cửa tủ trong căn hộ... tớ thề có Chúa. Mỗi tối về nhà, tớ đều nửa ngờ sẽ tìm thấy một lũ chó để trốn khắp nơi trong nhà. Mấy thằng ranh ở *thang* máy. Mấy thằng *giao* hàng. *Cớm...*"

"Được rồi. Được rồi. Cố gắng bình tĩnh nào, Arthur," người tóc hoa râm nói. Ông thình lình liếc sang phải, ở đó một điếu thuốc, được châm lúc nãy, giờ đang thăng bằng trên một cái gạt tàn. Dầu vậy rõ ràng là nó đã lụi, ông ta không nhặt nó lên. "Trước tiên," ông nói vào điện thoại, "tớ đã bảo cậu bao nhiêu lần rồi, Arthur, đấy *chính* xác là chỗ sai lầm lớn nhất của cậu đấy. Cậu biết mình làm gì không? Cậu có muốn tớ nói cậu biết cậu làm gì không? Cậu hao tâm tổn sức – tớ nói thật đấy – Cậu hao tâm tổn sức để hành hạ bản thân. Thực tế là chính cậu đang xúi *giục* Joanie..." Ông ngừng lời. "Cậu may cực kỳ vì em ấy là một đứa trẻ tuyệt vời đấy. Tớ nói thật. Cậu tuyệt chẳng bao giờ nghĩ đứa trẻ ấy có thể có gu... hoặc *não*, lạy Chúa, còn cả cái đó nữa..."

"Não! Cậu điên rồi? Nó thì làm đếch gì có não! Nó là một con vật thì có!"

Người tóc hoa râm hơi phồng mũi lên, dường như đang hít một hơi khá sâu. "Chúng ta đều là con vật mà," ông nói. "Về cơ bản, chúng ta đều là con vật."

"Con vật cái đếch. Tớ không phải con vật. Có thể tớ là một thằng chó ngu xuẩn bại hoại của cái thế kỷ hai mươi này, nhưng tớ không phải con vật. Đừng bảo tớ như vậy. Tớ không phải con vật."

"Này, Arthur. Chúng ta chẳng đi tới..."

"*Não*. Chúa ơi, nếu cậu biết cái chuyện đó nó khôi hài ra làm sao. Nó cứ nghĩ mình trí thức lắm ấy. Cái đấy mới là hài, là lố. Nó đọc báo kịch, rồi xem ti vi đến mù cả mắt – thế là thành trí thức. Cậu có biết tớ đã kết hôn với người thế nào không? Cậu muốn biết tớ đã kết hôn với người thế nào không? Tớ đã kết hôn với *diễn* viên, tiểu *thuyết* gia, nhà *phân* tâm học *mới nhú chưa được phát hiện vĩ đại nhất còn sống*, một thiên tài-người nổi tiếng toàn con mẹ nó năng nhưng chưa được công nhận, ở New York. Cậu không biết điều đó đâu, đúng không? Trời ạ, buồn cười đến muốn cắt cổ luôn. Bà Bovary ở Trường Columbia Mở rộng(1). Bà..."

"Ai cơ?" người tóc hoa râm hỏi, giọng có vẻ bực bội.

"Bà Bovary tham gia khóa học Thưởng thức truyền hình. Chúa ơi, nếu cậu biết..."

"Được rồi, được rồi. Cậu cũng thấy là làm thế này chẳng đưa chúng mình đến đâu hết," người tóc hoa râm nói. Ông xoay người và ra dấu cho cô gái, hai ngón tay để gần miệng, tức là ông muốn một điếu thuốc. "Trước tiên," ông nói vào điện thoại, "một kẻ cực kỳ thông minh như cậu sao lại có thể hành xử một cách khinh suất đến như vậy." Ông thẳng lưng lên để cô gái với tay ra sau ông lấy gói thuốc lá. "Tớ nói thật lòng đấy. Sự khinh suất đấy hiện ra trong đời tư của cậu, trong..."

"*Não*. Chúa ơi, tớ chết mất! Chúa toàn năng ơi! Cậu đã bao giờ nghe nó tả ai đó chưa – ý tớ là một người đàn ông ấy? Thỉnh thoảng rảnh quá không có gì làm, cậu cứ bảo nó tả một người đàn ông cho mà nghe. Nó tả mọi đàn

1. Một chương trình dạy học trên truyền hình.

ông mình gặp là 'hấp dẫn ghê gớm'. Đấy là một cái cụm từ cổ lỗ nhất, rẻ tiền nhất, thớ lợ nhất..."

"Được rồi, Arthur," người tóc hoa râm đột ngột nói. "Thế này chúng ta chẳng đi được đến đâu hết. Chẳng đến đâu hết." Ông nhận điếu thuốc đã châm từ cô gái. Cô châm hai điếu. "Mà nhân tiện," ông nói, nhả khói qua lỗ mũi, "hôm nay cậu làm ăn thế nào?"

"Gì cơ?"

"Hôm nay cậu làm ăn thế nào?" người tóc hoa râm nhắc lại. "Vụ đấy thế nào rồi?"

"Ôi Chúa ơi! Tớ không biết nữa. Loạn lắm. Chừng hai phút trước khi tớ định bắt đầu phần kết luận thì luật sư của nguyên đơn, Lissberg ấy, lôi ra một con hầu phòng điên khùng với một mớ ga giường làm bằng chứng – trên đó đầy vết ố rệp giường. Chúa ơi!"

"Rồi sao? Cậu thua à?" người tóc hoa râm hỏi, rít thêm một hơi thuốc nữa.

"Cậu biết ai ngồi trên ghế không? Là Vittorio. Thằng đó ghét tớ cái gì tớ cũng chẳng biết nữa. Tớ còn chẳng mở nổi mồm còn thằng đó cứ nhảy cẫng lên gào vào mặt tớ. Với thể loại đấy thì không thể nói lý được. Bất khả luôn."

Người tóc hoa râm ngẩng đầu lên ngó xem cô gái đang làm gì. Cô đã cầm cái gạt tàn lên rồi đặt nó giữa bọn họ. "Thế cậu thua à, hay là sao?" ông nói vào điện thoại.

"Gì cơ?"

"Tớ nói: Cậu thua à?"

"Ừ. Để tớ kể cậu nghe vụ đó. Náo loạn vậy nên tớ chẳng có tí cơ may nào luôn. Cậu tưởng Junior sẽ nổi khùng lên đúng không? Tớ cũng đếch có quan tâm đâu, nhưng cậu nghĩ sao? Có nghĩ ông ta khùng lên không?"

Người đàn ông dùng bàn tay trái vun đám tàn thuốc của mình trên thành cái gạt tàn. "Tớ không nghĩ ông ta nhất định *nổi khùng* lên đâu, Arthur," ông bình thản nói. "Cơ mà khả năng rất cao là ông ta sẽ không vui mừng khôn xiết với kết quả ấy đâu. Cậu biết chúng mình phải đối phó với ba cái khách sạn chết tiệt đó bao lâu rồi không? Chính ông già Shanley đã khởi sự toàn bộ..."

"Tớ biết, tớ biết. Junior nói với tớ chuyện đấy ít nhất năm chục lần. Một trong những câu chuyện đẹp nhất tớ từng nghe trong đời. Được rồi, vậy là tớ thua vụ đó. Nhưng đấy không phải lỗi của tớ. Thứ nhất là thằng khùng Vittorio chọc điên tớ suốt cả phiên tòa. Rồi lại đến con hầu phòng đầu đất bày ra một lố ga giường đầy vết rệp..."

"Không ai bảo đấy là lỗi của cậu, Arthur ạ," người tóc hoa râm nói. "Cậu hỏi tớ có nghĩ Junior nổi khùng không. Tớ chỉ đưa ra một câu trả lời..."

"Tớ biết... tớ biết cái đó... tớ không biết nữa. Mẹ kiếp. Mà chắc tớ vẫn quay lại quân đội đấy. Tớ bảo cậu chuyện đó chưa nhỉ?"

Người tóc hoa râm lại ngoảnh đầu về phía cô gái, có lẽ để cho cô thấy vẻ mặt chịu đựng, thậm chí ẩn nhẫn của ông. Nhưng cô gái lỡ mất cảnh ấy. Cô vừa quơ đầu gối làm lật cái gạt tàn và đang vội vàng dùng mấy ngón tay gạt tàn thuốc đổ ra thành một đụn nhỏ; mắt cô ngước lên nhìn ông trễ mất một giây. "Không, cậu chưa, Arthur," ông nói vào điện thoại.

"Ừ. Có thể. Tớ cũng chưa biết. Tất nhiên tớ không sốt sắng với ý tưởng đó, và nếu có thể tránh được thì tớ sẽ không đi. Nhưng có thể tớ phải đi. Tớ không biết nữa. Nói nhẹ nhất thì đấy cũng là hư vô. Nếu chúng trả cho tớ cái mũ con, cái bàn bự và cái màn chống muỗi bự chảng của tớ, thì chắc sẽ không..."

"Tớ muốn làm cho cậu tỉnh ra một tí, anh bạn à, đấy chính là cái tớ *muốn* làm đấy," người đàn ông tóc hoa râm nói. "Một người hết sảy... một người được cho là thông minh như cậu mà lại nói năng như một đứa con nít. Tớ nói hết sức thành thực ấy. Cậu để một mớ những thứ lặt vặt phình ra đến độ chúng trở nên cồng kềnh khủng khiếp trong tâm trí cậu đến nỗi cậu tuyệt đối không đủ minh mẫn để..."

"Tớ nên bỏ nó. Cậu biết không? Tớ đáng lẽ nên dứt điểm vào mùa hè vừa rồi, khi mọi thứ mới chỉ bắt đầu phình ra... cậu biết chứ? Cậu biết tại sao tớ lại không làm thế chứ? Cậu muốn biết tại sao không?"

"Arthur. *Lạy* Chúa. Thực sự thế này chẳng đi đến đâu cả."

"Từ từ đã. Để tớ nói cậu biết tại sao! Cậu muốn biết tại sao tớ lại không làm thế đúng không? Để tớ nói cho mà nghe. Bởi vì tớ thương hại nó. Toàn bộ sự thật chỉ có thế. Tớ thấy thương hại nó."

"Chà, tớ không biết nữa. Ý tớ là tớ không có quyền phán xét ở đây," người tóc hoa râm nói. "Cơ mà tớ thấy hình như cậu quên mất một điều đấy là Joanie là một phụ nữ trưởng thành. Tớ không biết, nhưng có vẻ như..."

"Phụ nữ trưởng thành! Cậu điên mẹ rồi? Nó là một *đứa con nít* to xác, lạy Chúa! Nghe này, tớ đang cạo râu – cứ nghe đi – tớ đang cạo râu, thế rồi bất thình lình nó gọi tớ từ tận đầu kia căn hộ. Tớ sẽ tới xem có chuyện gì... giữa lúc đang cạo râu luôn, bọt dính đầy mặt. Cậu biết nó muốn gì không? Nó muốn hỏi tớ xem nó có phải người tài trí không. Thề với Chúa. Nó thật *thảm hại*, nói cậu biết. Tớ quan sát nó lúc nó ngủ, và tớ biết mình đang nói gì. Cứ tin ở tớ."

"Ừm, những thứ đấy cậu biết rõ hơn... ý tớ là tớ không có quyền phán xét," người tóc hoa râm nói. "Vấn đề là, mẹ kiếp, cậu chẳng làm bất cứ cái gì có tính xây dựng..."

"Bọn tớ là đũa *lệch*, chấm hết. Chuyện đơn giản chỉ có thế. Lệch đến không còn gì lệch hơn. Cậu biết nó cần gì không? Nó cần một thằng chó đẻ to con kiệm lời thỉnh thoảng đến táng cho nó ngất con mẹ nó đi rồi quay lại đọc nốt tờ báo. Nó chỉ cần có thế thôi. Tớ thì yếu đuối quá, mẹ kiếp. Từ hồi cưới nhau tớ đã biết điều đó rồi... thề với Chúa là tớ biết. Ý tớ là cậu là một thằng rất khôn, cậu chưa bao giờ kết hôn, nhưng thỉnh thoảng, trước khi người ta kết hôn, họ thấy *lóe* lên những cảnh tượng sẽ xảy ra sau khi họ kết hôn. Tớ đã bỏ qua. Tớ bỏ qua mọi cảnh lóe lên chết tiệt ấy. Tớ yếu đuối quá. Tóm lại là chỉ có thế thôi."

"Cậu không yếu. Chỉ là cậu không sử dụng cái đầu của mình thôi," người tóc hoa râm nói, nhận một điếu thuốc mới châm từ cô gái.

"Chắc chắn là tớ yếu đuối! Chắc chắn là tớ yếu đuối! Mẹ kiếp, tớ phải biết mình yếu đuối hay không chứ! Nếu tớ không yếu đuối, cậu có nghĩ tớ lại để cho mọi thứ trở nên... A a, nói thì cũng để làm gì cơ chứ? Chắc chắn là tớ yếu đuối... Chúa ơi, tớ làm cậu thức cả đêm mất. Sao cậu không cúp mẹ nó máy đi? Tớ nói thật đấy. Cúp máy đi."

"Tớ sẽ không cúp máy với cậu đâu, Arthur. Tớ muốn giúp cậu, nếu việc đó trong tầm tay tớ," người tóc hoa râm nói. "Thực ra cậu chính là kẻ thù tồi tệ nhất..."

"Nó không tôn trọng tớ. Nó còn không yêu tớ, lạy Chúa. Và cơ bản thì – như tớ vừa nói – tớ cũng không yêu nó nữa. Tớ không biết. Lúc yêu lúc không. Dao động, thay đổi xoành xoạch. Chúa ơi! Mỗi lần tớ chuẩn bị xong xuôi để chấm dứt hoàn toàn, chúng tớ vì lý do nào đó lại ra ngoài ăn tối, tớ gặp nó và nó lại diện đôi *găng tay* trắng chết tiệt ấy hay gì đó. Tớ không biết nữa. Hoặc là tớ bắt đầu nghĩ về lần đầu tiên chúng tớ lái xe lên New Haven để xem trận của Princeton. Vừa ra khỏi Parkway thì xe thủng lốp, trời lạnh quắn đít, nó cầm đèn pin soi cho tớ sửa cái lốp chết tiệt... Cậu biết tớ muốn nói gì rồi đấy. Tớ không biết nữa. Hoặc tớ bắt đầu nghĩ về – Chúa ơi, chỉ muốn có lỗ nẻ nào mà chui xuống – tớ bắt đầu nghĩ về cái bài thơ chết tiệt tớ gửi nó khi chúng tớ bắt đầu hẹn hò. 'Kìa màu hồng ấy của tôi, Miệng xinh sắc trắng mắt người xanh sao.' Chúa ơi, sao mà *ê* chề... ngày xưa chỉ cần đọc là tớ *nhớ* về nó. Mắt nó còn chẳng màu xanh cơ – lạy Chúa mắt nó trông như hai cái vỏ *sò* ấy – nhưng đọc mà tớ vẫn cứ nghĩ đến nó... Tớ không biết nữa. Nói thì cũng để làm gì? Tớ sắp mất trí rồi. Sao cậu không cúp máy đi? Tớ nói thật đấy."

Người tóc hoa râm hắng giọng rồi nói, "Tớ không định cúp máy đâu, Arthur. Có một..."

"Nó từng mua cho tớ một bộ com lê. Bằng tiền riêng. Tớ kể cậu chuyện ấy chưa?"

"Không, tớ..."

"Nó tự đến chỗ nào nhỉ, hình như là Tripler's, rồi mua. Tớ thậm chí còn chẳng đi cùng. Ý tớ là nó cũng có vài nết được. Buồn cười là bộ đó lại khá là vừa vặn. Tớ chỉ phải sửa lại một tí chỗ đũng – của cái quần – và cắt gấu ngắn lại. Ý tớ là nó cũng có vài nết được."

Người tóc hoa râm lắng nghe một lúc nữa. Rồi bất thình lình ông quay sang cô gái. Cái nhìn ông ném vào cô, dù chỉ là nhìn liếc, cũng đủ cho cô biết chuyện gì đang đột ngột diễn ra ở đầu dây bên kia. "Này Arthur. Nghe này. Thế này không được tích sự gì hết," ông nói vào điện thoại. "Thế này không đi đến đâu cả. Tớ nói thật đấy. Nghe này. Tớ nói hết sức thật lòng nhé. Cậu hãy cởi đồ mà lên giường, làm một gã biết điều đi, được không? Thư giãn đi. Chắc chỉ *hai phút nữa* là Joanie sẽ *có mặt* ở đó. Cậu không muốn em ấy thấy mình trong tình trạng hiện tại, phải không? Vợ chồng Ellenbogen chắc đang xộc vào cùng em ấy đấy. Cậu không muốn cả lũ bọn họ trông thấy mình như thế, phải không?" Ông lắng nghe. "Arthur? Cậu nghe tớ không?"

"Chúa ơi, tớ làm cậu thức cả đêm mất rồi. Tất cả những gì tớ làm, tớ..."

"Cậu *không* làm tớ thức cả đêm," người tóc hoa râm nói. "Đừng có nghĩ như thế. Tớ đã bảo cậu rồi, tối tớ chỉ ngủ được bốn tiếng là nhiều. Cơ mà, tớ chỉ *muốn*, nếu có thể, tớ chỉ muốn giúp cậu thôi, anh bạn." Ông lắng nghe. "Arthur? Cậu ở đó không?"

"Ừ. Tớ đây. Đang nghe. Dẫu sao tớ cũng làm cậu thức cả đêm rồi. Tớ ghé chỗ cậu uống một ly được không? Có phiền gì không?"

Người tóc hoa râm ngồi thẳng lưng, đặt lòng bàn tay rảnh lên đỉnh đầu, nói, "Ý cậu là sao?"

"Ừ. Ý là nếu cậu thấy tớ ghé qua không vấn đề gì. Tớ chỉ ngồi một phút thôi. Tớ muốn ngồi xuống chỗ nào đó rồi... tớ không biết nữa. Thế có được không?"

"Ừ, nhưng vấn đề là tớ không nghĩ cậu nên làm vậy, Arthur," người tóc hoa râm nói, hạ bàn tay trên đầu xuống. "Ý tớ là tớ hết sức chào đón cậu tới đây, nhưng tớ thực sự nghĩ rằng cậu nên ngồi yên thư giãn cho đến lúc Joanie vào phòng. Tớ nói thật đấy. Điều *cậu* thực sự muốn chính là ở nguyên tại chỗ lúc em ấy vào. Tớ nói vậy có đúng không?"

"Ừ. Tớ không biết nữa. Thề có Chúa, tớ không biết nữa."

"Hừm, tớ thì thấy là nên thế, thành thật đấy," người tóc hoa râm nói. "Nghe này. Sao cậu không nhảy lên giường, thư giãn một lúc, rồi lát nữa, nếu muốn, hãy gọi lại cho tớ. Ý là nếu cậu muốn nói chuyện ấy. Và *đừng lo lắng*. Cái đấy là quan trọng nhất. Nghe tớ không? Cậu sẽ làm thế chứ?"

"Được rồi."

Người tóc hoa râm tiếp tục giữ ống nghe trên tai một lúc nữa, rồi mới hạ xuống giá.

"Anh ấy nói gì?" cô gái tức thì hỏi ông.

Ông nhặt điếu thuốc khỏi cái gạt tàn – tức là nhặt nó ra khỏi một đống những điếu thuốc đã cháy hết hoặc cháy hết nửa. Ông rít một hơi và nói, "Cậu ấy muốn tới đây làm một ly."

"Chúa ơi! Thế anh nói sao?" cô gái nói.

"Em nghe rồi đấy," người tóc hoa râm nói, và nhìn cô. "Em nghe thấy rồi còn gì. Đúng không?" Ông gí tắt đầu mẩu thuốc.

"Anh thật tuyệt vời. Tuyệt đối phi thường," cô gái nói, mắt nhìn ông. "Chúa ơi, em thấy mình như con chó vậy!"

"Chà," người tóc hoa râm nói, "thật là một tình huống khó khăn. Anh không biết là mình phi thường đấy."

"Thật mà. Anh thật tuyệt vời," cô gái nói. "Em *nhu nhược* quá. Tuyệt đối *nhu nhược*. Nhìn em xem!"

Người tóc hoa râm nhìn cô. "Chà, thực sự thì đấy là một tình huống không tưởng," ông nói. "Ý anh là toàn bộ chuyện này thật lạ lùng đến độ..."

"Anh yêu... em xin lỗi nhé," cô gái nói nhanh, rồi rướn người về phía trước. "Em nghĩ anh bị bắt *lửa* rồi." Cô lấy mấy đầu ngón tay quệt nhanh lên mu bàn tay ông. "Không, chỉ là tàn thuốc." Cô ngả người lại. "Không, anh thật phi thường," cô nói. "Chúa ơi, em thấy mình đúng như một con *chó*!"

"Chà, thật là một tình huống rất, rất khó khăn. Cậu ta rõ ràng là đang trải qua..."

Điện thoại chợt reo.

Người tóc hoa râm nói, "Chúa ơi!" nhưng nhấc điện thoại lên ngay sau tiếng chuông thứ hai. "A lô?" ông ta nói.

"Lee? Cậu ngủ rồi à?"

"Không, không."

"Nghe này, tớ nghĩ chắc nên bảo cậu biết. Joanie vừa về."

"Cái gì?" người tóc hoa râm nói, rồi lấy bàn tay trái che mắt, mặc dù ánh đèn ở sau lưng ông ta.

"Ừ. Em ấy vừa vào. Mười giây sau khi tớ nói chuyện với cậu. Tớ chỉ nghĩ tớ nên gọi cậu trong lúc em ấy ở trong nhà tắm. Nghe này, cảm ơn cậu rất nhiều, Lee. Tớ nói thật đấy... cậu hiểu ý tớ mà. Cậu chưa ngủ đâu, đúng không?"

"Ừ, chưa. Tớ chỉ... Ừ, chưa," người đàn ông tóc hoa râm nói, bỏ mấy ngón tay khỏi mắt. Ông hắng giọng.

"Ừ. Chuyện là, chắc Leona lên cơn rồi khóc lóc thảm thiết chi đó, Bob muốn Joanie ra ngoài đi đâu đó uống với họ cho đỡ chán. *Tớ* không biết. *Cậu* thì biết. Rất là rắc rối. Mà thôi dù sao em ấy cũng đã về. Thật là một cuộc nháo nhào vô tận. Thề với Chúa, tớ nghĩ thủ phạm chính là cái thành phố New York chết tiệt này. Nếu mọi sự ổn thỏa, tớ nghĩ có thể bọn tớ sẽ kiếm được một chỗ ở Connecticut. Nhất định là không được quá xa, nhưng đủ xa để bọn tớ có thể sống một cuộc đời bình thường. Ý tớ là em ấy si mê mấy thứ cây cỏ. Chắc em sẽ sướng phát điên nếu có một cái vườn riêng, mẹ nó. Hiểu tớ nói gì không? Ý tớ là – trừ cậu ra – ở New York chúng mình còn biết ai ngoài một lũ loạn thần kinh? Một người bình thường sớm muộn gì cũng bị nơi đây làm cho phát điên. Hiểu tớ nói gì không?"

Người tóc hoa râm không trả lời. Đằng sau bàn tay, mắt ông đã nhắm lại.

"Dẫu sao, tối nay tớ cũng sẽ bàn với em ấy về chuyện đó. Hoặc có thể là ngày mai. Em ấy vẫn hơi mệt một chút. Ý tớ là em ấy cơ bản vẫn là một đứa trẻ ngoan, và nếu chúng tớ *có* một cơ hội sửa sang bản thân, thì chắc chắn chúng tớ sẽ rất ngu nếu không ít nhất thử nắm lấy. Trong lúc ấy, tớ cũng sẽ thử giải quyết cái vụ rệp giường ngu xuẩn kia. Tớ nghĩ rồi. Tớ đang băn khoăn, Lee ạ. Cậu nghĩ nếu tớ tới nói chuyện riêng với Junior, liệu tớ có thể..."

"Arthur, nếu cậu không phiền, tớ muốn..."

"Ý tớ là tớ không muốn cậu nghĩ tớ gọi lại cho cậu bởi vì tớ *lo lắng* cho công việc chết tiệt của tớ hay gì. Không hề. Ý tớ là, lạy Chúa, tớ chẳng quan tâm đếch. Tớ chỉ nghĩ nếu tớ có thể khuyên được Junior mà không phải vắt óc ra, tớ sẽ là một thằng ngốc..."

"Nghe này, Arthur," người tóc hoa râm ngắt lời, bỏ tay ra khỏi mặt, "tớ đột nhiên bị đau đầu quá thể. Không hiểu sao tự nhiên lại đau đầu đến vậy. Cậu có phiền nếu ta tạm dừng ở đây không? Sáng mai tớ sẽ nói chuyện với cậu... được chứ?" Ông nghe một lúc, rồi gác máy.

Cô gái tức thì nói với ông, nhưng ông không trả lời. Ông nhặt lên một điếu thuốc cháy dở – của cô gái – từ cái gạt tàn và đưa nó lên miệng, nhưng điếu thuốc tuột khỏi mấy ngón tay. Cô gái cố gắng giúp ông nhặt điếu thuốc lên trước khi nó bắt lửa vào những thứ khác, nhưng ông bảo cô *ngồi im*, vì Chúa, và cô rụt tay lại.

Giai đoạn xanh của de Daumier-Smith[1]

Nếu chuyện này có một chút ý nghĩa nào đó – mà thậm chí còn chưa thấy tăm hơi – tôi nghĩ mình sẽ muốn dành truyện này, bất kể nó đáng giá hay không, nhất là khi nó có đôi chỗ hơi tục tĩu, để tưởng nhớ ông bố dượng tục tĩu quá cố của tôi, Robert Agadganian Con. Bobby – bởi mọi người, gồm cả tôi nữa, đều gọi ông như vậy – chết vào năm 1947 vì tắc nghẽn mạch máu, chắc chắn là cũng có vài sự thương tiếc, nhưng không có lấy một sự oán trách nào. Ông là một người phóng khoáng, liều lĩnh và cực kỳ thu hút. (Sau khi dành nhiều năm cần mẫn ghen tị với ông về những tính từ đậm chất du đãng đó, tôi cảm thấy việc đưa chúng vào đây là một vấn đề sinh tử.)

---

1. Chế lại từ "Giai đoạn xanh của Picasso", là khoảng thời gian Picasso chủ yếu sử dụng màu xanh dương gợi ấn tượng u uất để vẽ tranh. Giai đoạn xanh bởi vậy ám chỉ thời kỳ u uất, chán nản.

*

Mẹ và bố tôi ly dị vào mùa đông năm 1928, khi tôi tám tuổi, rồi đến cuối mùa xuân kế thì mẹ tôi kết hôn với Bobby Agadganian. Một năm sau, trong Vụ sụp đổ phố Wall, Bobby làm mất sạch tài sản của mình và mẹ tôi, dường như chỉ trừ một cây đũa thần. Dẫu sao, thực tế là qua một đêm, Bobby đã chuyển từ một tay chơi chứng khoán sống dở chết dở, một *bon vivant*[1] tán gia bại sản thành một thẩm định viên năng nổ, dù có hơi thiếu chuyên môn, cho một hiệp hội các gallery nghệ thuật Mỹ độc lập và các bảo tàng mỹ thuật. Vài tuần sau, đầu năm 1930, bộ ba ô hợp chúng tôi chuyển từ New York tới Paris, để tiện cho Bobby làm ăn. Thời điểm ấy, là một đứa trẻ mười tuổi lãnh đạm, nếu không phải là lạnh băng, tôi đón nhận cuộc xê dịch lớn lao ấy chẳng chút đau buồn nào, đấy là trong chừng mực tôi còn nhớ được. Chính ra là lần dọn về New York, chín năm sau, ba tháng sau khi mẹ tôi mất, mới là lần khiến tôi ngổn ngang muôn nỗi.

Tôi nhớ có một sự kiện quan trọng xảy ra chỉ một hai ngày sau khi Bobby và tôi tới New York. Tôi đang đứng trên một cái xe buýt rất đông trên đại lộ Lexington, bám vào cái cọc tráng men ở cạnh ghế tài xế, mông kề mông với một gã sau tôi. Suốt mấy khối phố, ông tài xế

1. (Tiếng Pháp) Người sành điệu, thanh lịch.

hết lần này đến lần khác hét lên với đám chúng tôi chen chúc ở cửa trước một câu lệnh cụt lủn là "đi về cuối xe". Vài người cố làm theo ông ta. Vài người không. Hồi lâu sau, nhân lúc có đèn đỏ, cái người cáu kỉnh đó quay mình trên ghế mà ngước nhìn tôi, đứng ngay sau ông. Hồi đó mười chín tuổi, tôi không đội mũ, để tóc pompadour kiểu dân Lục địa[1], đen, phẳng, không được sạch lắm, bên trên cái trán mụn tóe loe. Ông ta hạ giọng nói với tôi, gần như thận trọng. "Được rồi anh bạn," ông ta nói, "nhích cái mông ra nào." Tôi nghĩ chắc mấu chốt nằm ở từ "anh bạn" đấy. Còn chẳng buồn cúi mình xuống một chút – tức là để cho cuộc trò chuyện tối thiểu cũng được riêng tư, được *de bon goût*, như *ông ta* muốn – tôi bảo với ông ta, bằng tiếng Pháp, rằng ông là một thằng đần thô lỗ ngu xuẩn hợm hĩnh, rằng ông sẽ không bao giờ biết tôi ghê tởm ông đến nhường nào. Rồi, khá là hoan hỉ, tôi bước về cuối xe.

Mọi thứ trở nên tồi tệ hơn nhiều. Một buổi chiều, chừng một tuần sau, khi tôi đang ra khỏi khách sạn Ritz, nơi Bobby và tôi dừng chân vô thời hạn, tôi thấy dường như tất cả ghế trên tất cả xe buýt ở New York đều đã bị tháo ốc, lấy ra và đặt trên phố, ở đó một cuộc chơi Giành Ghế Theo Nhạc khổng lồ đang đến hồi cao trào. Tôi nghĩ hẳn tôi cũng sẵn lòng tham gia cuộc chơi nếu được nhận

1. Tức các nước châu Âu nằm trong lục địa.

lệnh đặc biệt từ Nhà thờ Manhattan đảm bảo rằng tất cả những người chơi khác sẽ phải đứng im thật kính cẩn cho đến khi tôi an tọa. Khi rõ ràng là một thứ như thế sẽ chẳng bao giờ xảy đến, tôi liền có một hành động dứt khoát hơn. Tôi cầu nguyện toàn bộ người trong thành phố sẽ bị xóa sổ, để tôi được cô độc – cô-độc: đấy là một lời cầu nguyện ở New York mà hiếm khi nào bị bỏ quên hay trì hoãn, và chẳng mấy chốc mọi thứ tôi động đến đều chuyển thành nỗi cô độc rắn đặc. Các buổi sáng và đầu buổi chiều, tôi dự – thể xác thôi – một trường nghệ thuật ở phố 48 và đại lộ Lexington, và tôi ghét cái nơi ấy lắm. (Vào tuần trước khi Bobby và tôi rời Paris, tôi đã ăn ba giải nhất ở Triển lãm Quốc gia dành cho Thanh thiếu niên được tổ chức ở Freiburg Galleries. Suốt chuyến hành trình về Mỹ, tôi dùng chiếc gương trong cabin của chúng tôi để tìm ra những điểm tương đồng thể chất bí hiểm giữa tôi và El Greco.) Ba buổi chiều muộn mỗi tuần tôi đến chỗ phòng khám nha sĩ, ở đó, chỉ trong quãng vài tháng, tôi nhổ tám chiếc răng, trong đó có ba chiếc răng cửa. Hai buổi chiều còn lại tôi thường lang thang khắp các gallery nghệ thuật, chủ yếu là trên phố 57, ở đó tôi không ngừng khè những tác phẩm của người Mỹ. Vào buổi tối, nói chung tôi đọc sách. Tôi mua toàn tập bộ *Kinh điển Harvard* – chủ yếu là vì Bobby bảo chúng tôi không có chỗ cất chúng trong phòng mình – và quyết đọc hết cả năm chục tập. Ban đêm, tôi gần như luôn luôn dựng giá vẽ giữa hai chiếc giường đôi trong căn phòng chung của tôi với Bobby, và vẽ. Chỉ trong một tháng, theo nhật ký của tôi năm 1939, tôi đã hoàn thành được mười tám bức sơn dầu. Cũng đáng lưu ý là mười bảy bức trong số đó là chân dung tự họa. Tuy vậy, thỉnh thoảng, có thể là khi Nàng Thơ của tôi trái tính, tôi sẽ đặt họa cụ sang bên mà vẽ biếm họa. Có một bức bây giờ tôi vẫn giữ. Nó vẽ một cái miệng to như cái hang, của một người đang được nha sĩ kiểm tra. Lưỡi của người đó là một tờ giấy bạc một trăm đô la, và nha sĩ thì nói, đầy buồn bã, bằng tiếng Pháp, "Tôi nghĩ có thể cứu được răng hàm, nhưng e là phải lè cái lưỡi ra." Đấy là một bức tranh mà tôi rất mê.

Ở cùng phòng, Bobby và tôi đối xử với nhau thân ái không nhiều hơn mà cũng không ít hơn so với, ờ, một tiền bối Harvard cực kỳ dĩ hòa vi quý và một cậu bé giao báo ở Cambridge cực kỳ khó ưa. Và, theo thời gian, khi chúng tôi dần dà phát hiện ra cả hai đều yêu cùng một người phụ nữ đã khuất, thì tình hình cũng chẳng cải thiện là bao. Thực tế là một thứ quan hệ xã-giao-thái-quá đáng sợ đã mọc lên từ phát hiện ấy. Chúng tôi bắt đầu trao đổi những nụ cười tươi vui khi đụng nhau ở ngưỡng cửa nhà tắm.

Vào một tuần tháng Năm năm 1940, chừng mười tháng sau khi Bobby và tôi đến trú tại Ritz, tôi nhìn thấy trên một tờ báo Quebec (một trong mười sáu tờ báo và tạp chí định kỳ mà tôi đã đăng ký) một quảng cáo chiếm phần tư trang được đăng theo chỉ đạo của một trường đào tạo nghệ thuật từ xa ở Montreal. Nó gợi ý mọi giảng viên đủ tư cách – thực tế, nó không khác gì nói mình không thể đưa ra một gợi ý *tốt hơn* – là hãy lập tức ứng tuyển vào làm việc tại trường nghệ thuật từ xa mới nhất, tân tiến nhất ở Canada. Yêu cầu đặt ra là ứng viên cho công việc giảng dạy phải thông thạo cả tiếng Anh và tiếng Pháp, và chỉ những người có khí chất ôn hòa cùng tính cách đáng tin cậy thì mới có thể ứng tuyển. Kỳ học hè ở Les Amis Des Vieux Maîtres chính thức bắt đầu vào ngày 10 tháng Sáu. Quảng cáo viết rằng các tác phẩm mẫu, đại diện cho cả lĩnh vực hàn lâm lẫn thương mại, sẽ được nộp cho Monsieur I. Yoshoto, *directeur*, đến từ Học viện Mỹ thuật Hoàng gia, Tokyo.

Cảm thấy mình không thể nào đủ tư cách hơn được, tôi lập tức lôi chiếc máy đánh chữ Hermes-Baby của Bobby dưới gầm giường ra, và viết, bằng tiếng Pháp, một lá thư dài, ngông cuồng gửi tới ông Yoshoto – bỏ hết các lớp buổi sáng của tôi tại trường nghệ thuật trên đại lộ Lexington để làm xong việc ấy. Đoạn mở đầu của tôi dài chừng ba trang gì đó, tưởng như sắp cháy giấy đến nơi. Tôi nói tôi đã hai chín tuổi và là cháu trai gọi Honoré Daumier bằng ông cố. Tôi bảo tôi vừa rời khỏi điền sản nhỏ của mình ở miền Nam nước Pháp, bởi cái chết của người vợ yêu, để tới sống ở Mỹ – sống tạm thời, tôi nói rõ như thế – với một người họ hàng tàn tật. Tôi nói mình đã vẽ từ khi còn rất nhỏ, nhưng tuân theo chỉ dẫn của Pablo Picasso, là một trong những người bạn lâu nhất và thân nhất của phụ mẫu tôi, tôi chưa bao giờ triển lãm cả. Tuy nhiên, một số tranh sơn dầu và tranh màu nước của tôi đang được treo tại những chốn đẳng cấp nhất, mà chắc chắn là không hề *nouveau riche*[1], ở Paris, ở đó chúng *gagné*[2] được sự chú ý đáng kể từ những nhà phê bình có sức ảnh hưởng nhất thời đại chúng ta. Tôi viết, sau cái chết bi thảm và quá sớm của vợ tôi, do *ulcération cancéreuse*[3], tôi đã thật sự nghĩ rằng mình sẽ không bao giờ động đến cọ vẽ nữa. Nhưng những thất bát tài chính gần đây để khiến tôi phải thay đổi *résolution*[4] nghiêm túc nhất của mình. Tôi nói tôi hết sức vinh dự được gửi các bản mẫu tác phẩm của tôi tới Les Amis Des Vieux Maîtres, ngay khi chúng được đại diện của tôi gửi về từ Paris, và tất nhiên tôi sẽ viết *très pressé*[5] cho họ. Bạn rất kính cẩn của ngài, *Jean de Daumier-Smith.*

Thời gian tôi dành ra để chọn được cái tên giả đó cũng gần bằng thời gian tôi viết trọn lá thư.

---

1. (Tiếng Pháp) Giàu mới, giàu xổi.
2. (Tiếng Pháp) Thu hái được.
3. (Tiếng Pháp) Loét ung thư.
4. (Tiếng Pháp) Quyết tâm.
5. (Tiếng Pháp) Gấp, mau chóng.

Tôi viết lá thư trên giấy lót. Tuy nhiên, tôi lại bỏ nó vào bì thư của khách sạn Ritz. Rồi, sau khi dán một tem giao nhanh tôi tìm thấy trong ngăn kéo trên cùng của Bobby, tôi cầm thư xuống thùng thư chính ở sảnh. Tôi dừng lại chỗ tay nhân viên thư tín (chắc chắn là gã ghét tôi) để dặn gã để ý nếu có thư của de Daumier-Smith đến. Rồi, vào khoảng hai giờ ba mươi, tôi chui vào lớp học giải phẫu một giờ bốn lăm của mình ở trường nghệ thuật trên phố 48. Lần đầu tiên tôi thấy đám bạn học của mình có vẻ tươm tất.

Trong bốn ngày tiếp theo, dùng hết thời gian rảnh của mình, cộng với thời gian đáng ra không thuộc về tôi, tôi đã vẽ tầm một tá bản mẫu của cái mà tôi coi là ví dụ điển hình cho nghệ thuật thương mại Mỹ. Chủ yếu dùng lối vẽ wash[1], nhưng thỉnh thoảng cũng dùng nét rõ, để khoe mẽ, tôi vẽ nhiều người mặc đồ dạ tiệc bước ra khỏi những chiếc limousine trong đêm công diễn – những cặp đôi mảnh dẻ, đứng thẳng, cực sang, những người rõ ràng trong đời chưa bao giờ cẩu thả với hõm nách mà từ đó gieo rắc khổ đau lên chúng sinh – những cặp đôi, thực tế, hình như còn chẳng có nách luôn. Tôi vẽ những thanh niên khổng lồ rám nắng trong chiếc vét trắng tinh,

1. Tức là dùng loại cọ vẽ to để vẽ một lớp màu (thường là màu nước) trên một mặt phẳng rộng trên toan vẽ. Màu phân bố đều nên trên thành phẩm sẽ không nhận ra các nét cọ.

ngồi ở những bàn trắng xếp quanh những bể bơi màu ngọc lam, chúc tụng nhau thật sảng khoái bằng rượu pha làm từ rượu của một thương hiệu whisky lúa mạch đen rẻ tiền nhưng trông cực kỳ thời thượng. Tôi vẽ những đứa trẻ hồng hào rất ăn ảnh quảng cáo, đang hết sức là phấn khởi và khỏe khoắn, nâng những bát đựng đồ ăn sáng rỗng không và nài xin thêm, một cách rất chi thân ái. Tôi vẽ những cô gái ngực vểnh tươi cười chơi trượt nước với một vẻ rất chi là bất cần, chính là nhờ được che chở hoàn toàn khỏi những tai họa quốc gia như chảy máu lợi, mụn trên mặt, những kiểu tóc khó coi, bảo hiểm nhân thọ mua hớ hoặc không toàn diện. Tôi vẽ những bà vợ, mà chừng nào họ chưa chọn được loại xà phòng vụn thích hợp, chừng đó họ còn phải chịu trận trước cảnh tóc rối, dáng hỏng, con cái ngỗ ngược, chồng ngoại tình, bàn tay thô ráp (nhưng vẫn mảnh dẻ), gian bếp bừa bộn (nhưng vẫn rộng mênh mông).

Khi bản vẽ thử đã hoàn thiện, tôi tức thì gửi chúng qua thư cho ông Yoshoto, cùng với khoảng nửa tá tranh phi thương mại mà tôi đem về từ Pháp. Tôi cũng đóng vào phong bì thứ tôi nghĩ là một bức thư rất tự nhiên kể về câu chuyện nho nhỏ hết sức nhân văn về cuộc hành trình mà tôi, đơn độc và chịu nhiều thiệt thòi, đúng theo truyền thống lãng mạn thuần túy, đã đạt đến những đỉnh cao đơn độc lạnh lẽo tinh khôi của sự nghiệp.

Mấy ngày chờ đợi tiếp theo thật hồi hộp kinh khủng, nhưng trước khi hết tuần, một lá thư từ ông Yoshoto được gửi tới, thông báo nhận tôi làm giảng viên tại Les Amis Des Vieux Maîtres. Bức thư được viết bằng tiếng Anh, mặc dù thư tôi lại viết bằng tiếng Pháp. (Về sau tôi suy luận rằng ông Yoshoto này biết tiếng Pháp nhưng không biết tiếng Anh, vì lý do nào đó đã đẩy công việc viết thư cho phu nhân Yoshoto, bà này thì có vốn tiếng Anh tàm tạm.) Ông Yoshoto viết rằng kỳ học hè hẳn sẽ là kỳ học bận rộn nhất trong năm, và sẽ bắt đầu vào ngày 24 tháng Sáu. Thế tức là, ông chỉ ra, tôi có chừng năm tuần để thu xếp công việc. Ông gửi tôi lòng thương cảm vô hạn với những khó khăn về tài chính và về tinh thần tôi gặp phải gần đây. Ông hy vọng tôi sẽ thu xếp để trình diện tại Les Amis Des Vieux Maîtres vào Chủ nhật, ngày 23 tháng Sáu, để nắm được các trách nhiệm của tôi, và trở thành "bạn bè bền vững" với các giảng viên khác (mà về sau tôi biết được là có hai người, gồm ông Yoshoto và bà Yoshoto). Ông rất lấy làm tiếc rằng chính sách của nhà trường không cho phép gửi trước chi phí đi lại cho các giảng viên mới. Lương khởi điểm là hai mươi tám đô la một tuần – ông Yoshoto bảo rằng ông thừa nhận đấy không phải là một khoản đáng kể, nhưng bởi giường ngủ và thực phẩm đã được bao chi, và bởi ông cảm thấy ở tôi một tinh thần nghề nghiệp đích thực, ông hy vọng tôi sẽ không cảm thấy sa sút nhiệt huyết. Ông hết sức trông đợi một bức điện tín đồng ý chính thức từ tôi, và sung sướng mong ngóng ngày tôi tới – thân ái, người bạn, ông chủ mới của tôi, I. Yoshoto, đến từ Học viện Mỹ thuật Hoàng gia, Tokyo.

Bức điện tín đồng ý của tôi được gửi đi trong vòng năm phút. Kỳ cục thay, trong cơn phấn khích, hoặc cũng có thể do cảm thấy tội lỗi vì đã dùng điện thoại của Bobby để gửi điện báo, tôi chủ động kiệm lời và chỉ viết cho mười chữ.

Buổi tối hôm đó, khi mà, như thường lệ, tôi gặp Bobby để ăn tối lúc bảy giờ ở phòng Oval, tôi cảm thấy khó chịu vì ông đưa theo một vị khách. Tôi chưa hề nói hay bóng gió lời nào với ông về những việc làm ngoài giờ gần đây của tôi, và đang sốt xình xịch muốn làm cái động tác thông báo tối hậu – cho ông ngã ngửa luôn – khi chỉ có chúng tôi với nhau. Vị khách ông dắt theo là một quý cô trẻ rất hấp dẫn, lúc đó mới ly hôn được vài tháng, và Bobby đã gặp gỡ rất thường xuyên, còn tôi thì cũng nom thấy vài dịp. Nàng là một người hết sức yêu kiều, và mọi cố gắng của nàng để trở nên thân thiết với tôi, để nhẹ nhàng thuyết phục tôi cởi bỏ tấm giáp của mình – hoặc ít nhất cũng là cái mũ sắt, tôi đều hiểu là một lời mời mọc ngấm ngầm rủ tôi lên giường ngay khi nào có thể – tức là ngay khi Bobby, người rõ là quá già với nàng, lộ sơ hở. Tôi tỏ ra chống đối và cộc lốc suốt bữa tối. Mãi sau, khi chúng tôi dùng cà phê, tôi mới nói vắn tắt những dự định mới của tôi cho mùa hè. Khi tôi nói xong, Bobby đặt ra cho tôi đôi câu hỏi khá thông minh. Tôi trả lời một cách điềm tĩnh, ngắn gọn quá mức, rất xứng mặt đấng hoàng tử kế vị tài đức vẹn toàn.

"Ô, nghe *rất* là thú vị!" khách của Bobby nói, rồi lẳng lơ đợi tôi tuồn cho nàng địa chỉ của tôi ở Montreal, dưới gầm bàn.

"Bố tưởng con sẽ đi đảo Rhode với bố," Bobby nói.

"Ôi, anh yêu, đừng phá bĩnh như vậy chứ," quý cô X nói với ông.

"Anh không làm thế đâu, nhưng biết thêm một chút thì cũng chẳng hại gì," Bobby nói. Nhưng tôi nghĩ, qua cung cách của ông, tôi có thể đoán là ông đang nhẩm tính đổi vé tàu đi đảo Rhode từ cabin riêng sang giường nằm tầng dưới.

"Chị nghĩ đấy là điều tuyệt vời nhất, *đáng ngưỡng mộ* nhất chị từng được nghe đấy," quý cô X nói với tôi đầy ấm áp. Mắt nàng ánh lên vẻ sa đọa.

Vào ngày Chủ nhật tôi bước xuống sân nhà ga Windsor ở Montreal, tôi mặc bộ com lê vải gabađin màu be hai hàng khuy (tôi thấy cái áo đấy đẹp hết sảy), một chiếc sơ mi flannel màu xanh hải quân, thắt cà vạt cotton màu vàng tuyền, đi đôi giày nâu trắng, đội cái mũ Panama trắng (là đồ của Bobby, hơi quá nhỏ với tôi), lại để một hàng ria nâu đỏ nuôi được ba tuần. Ông Yoshoto có mặt ở đó đón tôi. Ông nhỏ thó, cao chẳng quá mét rưỡi, mặc một bộ com lê vải lanh dính bẩn, đi giày đen, đội mũ phớt đen bẻ hết viền lên. Ông không cười, mà theo tôi nhớ, thì cũng chẳng *nói* gì với tôi khi chúng tôi bắt tay. Biểu cảm của ông – cái từ để gọi nó nhảy thẳng ra từ một bản tiếng Pháp mấy cuốn Fu Manchu của Sax Rohmer[1] – là *inscrutable*[2]. Vì lý do nào đó, tôi thì cười toét miệng đến tận mang tai. Hạ bớt cái mép xuống tôi còn chẳng làm được, nói gì đến ngưng cười.

Từ ga Windsor đến trường phải đi một chuyến xe buýt chừng vài dặm. Tôi không nghĩ ông Yoshoto nói được năm từ trên suốt quãng đường ấy. Hoặc bất chấp, hoặc chính bởi sự im lặng của ông ta, tôi nói không ngừng nghỉ, ngồi gác một bên cổ chân lên đầu gối chân kia, liên tục lấy tất chân mà thấm mồ hôi vãi ra ở lòng bàn tay. Tôi thấy phải cấp bách không chỉ nhắc lại mấy lời nói dối trước đó của tôi – quan hệ họ hàng của tôi với Daumier, người vợ đã khuất của tôi, điền sản nhỏ của tôi ở miền Nam nước Pháp – mà còn phải giặm vào cho thêm phần thuyết phục. Hồi lâu, để bản thân khỏi phải day đi day lại những ký ức đớn đau kia (và chúng *đang* bắt đầu trở nên hơi

1. Fu Manchu là ác nhân trong series tiểu thuyết của nhà văn Sax Rohmer.

2. Bí hiểm, khôn dò.

đau thật), tôi chuyển sang đề tài người bạn lâu năm nhất và thân nhất của phụ mẫu tôi: Pablo Picasso. *Le pauvre Picasso*, tôi gọi ông như thế. (Nhân tiện, tôi chọn Picasso vì với tôi dường như ông là họa sĩ Pháp nổi tiếng nhất ở Mỹ. Tôi hoàn toàn coi Canada là một phần của Mỹ.) Để gây ấn tượng với ông Yoshoto, tôi nhắc đến, với một thái độ đồng cảm tự nhiên nhiều đến mức khoa trương dành cho một người khổng lồ sa cơ, hàng bao nhiêu lần tôi đã nói với ông, "*M. Picasso, où allez vous?*"[1], và để đáp lại cái câu hỏi hết sức thấm thía ấy, đại danh họa luôn luôn đi chầm chậm thật nặng nhọc qua studio của ông để nhìn phiên bản thu nhỏ bức "Les Saltimbanques" và cái vinh quang từng thuộc về ông nhưng từ lâu đã bị tước mất. Vấn đề với Picasso, tôi giải thích với ông Yoshoto khi chúng tôi xuống xe buýt, đấy là ông ấy chẳng bao giờ nghe ai – ngay cả những người bạn thân nhất.

Vào năm 1939, Les Amis Des Vieux Maîtres chiếm tầng hai của một tòa nhà ba tầng nhỏ, trông rất chi là tuềnh toàng – nói trắng ra thì là cái nhà tập thể – ở khu Verdun, tức là chỗ chán đời nhất ở Montreal. Trường nằm ngay trên một cửa hàng bán thiết bị chỉnh hình. Một cái phòng lớn, cùng một cái nhà xí nhỏ tí không có then cài là tất cả những gì thuộc về Les Amis Des Vieux Maîtres. Dẫu vậy, khoảnh khắc tôi bước vào, tôi thấy nơi này coi

1. (Tiếng Pháp) Ông Picasso, ông đi đâu thế?

được quá đi ấy. Có một lý do rất hợp lý. Mấy bức tường trong "phòng giảng viên" đều treo rất nhiều tranh đóng khung – đều tranh màu nước cả – là tác phẩm của ông Yoshoto. Thỉnh thoảng, tôi vẫn mơ đến một con ngỗng trắng bay ngang qua một bầu trời ở cực điểm xanh nhạt, với – và đấy vẫn là một trong những kỳ công táo bạo nhất và toàn hảo nhất về mặt kỹ thuật mà tôi từng được thấy – sắc xanh của bầu trời, hay yếu tính của sắc xanh bầu trời, đã được phản chiếu trong những chiếc lông chim. Bức tranh được treo ngay sau bàn bà Yoshoto. Chính nó đã tạo nên căn phòng – nó và một hai bức tranh khác có chất lượng tiệm cận nó.

Bà Yoshoto vận một bộ kimono lụa màu đen và đỏ anh đào rất đẹp, đang quét nhà bằng một cái chổi cán ngắn khi ông Yoshoto và tôi bước vào phòng giảng viên. Bà tóc đã điểm bạc, chắc chắn cao hơn ông chồng một cái đầu, và những đường nét trên mặt bà trông giống của người Mã Lai hơn là người Nhật. Bà ngưng việc quét tước và tiến tới, ông Yoshoto giới thiệu ngắn gọn chúng tôi với nhau. Tôi thấy bà dường như *inscrutable* chẳng kém gì ông Yoshoto, có khi còn hơn. Sau đó ông Yoshoto đề nghị dẫn tôi tới xem phòng tôi, và ông giải thích (bằng tiếng Pháp) rằng con trai ông để lại cái phòng ấy để tới British Columbia mà làm việc ở nông trại. (Sau quãng im lặng kéo dài trên xe buýt, tôi thấy dễ chịu hẳn khi nghe ông nói liên tục như thế, và tôi lắng nghe với một vẻ rất ư hăm hở.) Ông bắt đầu cáo lỗi vì không có ghế trong phòng con trai ông – chỉ có nệm sàn – nhưng tôi mau mắn thuyết phục ông rằng với tôi đây đúng là cầu được ước thấy. (Thực ra tôi nghĩ tôi còn bảo là mình ghét mấy cái ghế. Tôi căng thẳng đến độ giả như ông bảo với tôi phòng con trai ông ngập trong nửa mét nước cả ngày lẫn đêm thì chắc tôi vẫn sẽ thốt lên một tiếng kêu sung sướng. Chắc là tôi sẽ bảo mình mắc một chứng bệnh hiếm ở chân buộc tôi phải ngâm chân ướt tám tiếng mỗi ngày.) Rồi ông dẫn tôi leo lên một cái cầu thang gỗ kẽo kẹt lên phòng tôi. Trên đường đi, tôi nói với ông, nhấn khá rõ, rằng tôi là một tín đồ Phật giáo. Về sau tôi mới biết cả ông và bà Yoshoto đều theo Giáo hội Trưởng lão.

Giờ muộn đêm đó, khi tôi nằm thao thức trên giường, bữa tối kiểu Nhật Bản kiêm Mã Lai của bà Yoshoto vẫn *en masse*[1], và đang dâng lên theo xương ức tôi giống như cái thang máy, một trong hai vợ chồng Yoshoto bắt đầu rền rĩ trong cơn ngủ, ngay bên kia tường phòng tôi. Đấy là một tiếng rền rĩ cao, mảnh, nức nở, không giống phát ra từ một người trưởng thành mà giống từ một ấu nhi thiểu năng bi thảm hoặc một con vật nhỏ dị dạng. (Nó trở thành một tiết mục đều đặn hằng đêm. Tôi không bao giờ biết được là ông hay bà Yoshoto phát ra tiếng đó, chứ đừng nói là tại sao.) Khi cảm thấy không thể chịu nổi

1. (Tiếng Pháp) Dồn ứ.

nữa với việc nghe như vậy trong tư thế nằm ngửa, tôi ra khỏi giường, xỏ dép, bước vào bóng tối và ngồi lên một chiếc nệm. Tôi ngồi bắt tréo chân đôi tiếng đồng hồ và hút thuốc, dúi tắt đầu thuốc vào mu dép xỏ của tôi và bỏ đầu lọc vào túi ngực áo ngủ. (Vợ chồng Yoshoto không hút thuốc, trong nhà cũng không thấy có cái gạt tàn nào cả.) Tầm năm giờ sáng tôi mới ngủ được.

Lúc sáu rưỡi, ông Yoshoto gõ cửa phòng tôi và báo cho tôi biết bữa sáng sẽ được phục vụ lúc sáu giờ bốn lăm. Qua lớp cửa, ông hỏi tôi ngủ có ngon không và tôi đáp, "*Oui!*" Sau đó tôi ăn vận – mặc bộ com lê lam mà tôi nghĩ là phù hợp với một giảng viên vào ngày khai trường, và một cái cà vạt Sulka đỏ mẹ tặng tôi – rồi chẳng buồn rửa ráy mặt mũi, tôi đi thẳng qua hành lang tới nhà bếp của vợ chồng Yoshoto. Bà Yoshoto đứng ở chỗ bếp lò, đang chuẩn bị bữa sáng với cá. Ông Yoshoto, mặc áo lót B.V.D. và quần dài, đang ngồi ở bàn bếp, đọc một tờ báo tiếng Nhật. Ông gật đầu với tôi, chẳng tỏ ý gì. Tôi thấy họ trông càng *inscrutable* hơn bao giờ hết. Sau đó, một món cá gì đó được dọn ra trên một cái đĩa có một vệt xốt cà chua khô bám lại dọc theo mép, dù nhỏ nhưng vẫn nhận ra được. Bà Yoshoto hỏi tôi bằng tiếng Anh – giọng bà quyến rũ bất ngờ – rằng tôi có muốn ăn trứng không, nhưng tôi bảo, "*Non, non, madame... merci!*"[1] Tôi bảo tôi

1. Không, không, thưa bà... cảm ơn!

chẳng bao giờ ăn trứng. Ông Yoshoto tựa tờ báo của ông vào ly nước của tôi, và ba người chúng tôi ăn trong im lặng; đúng hơn là họ ăn, còn tôi thì nuốt một cách máy móc, trong im lặng.

Sau bữa sáng, không hề rời khỏi bếp, ông Yoshoto khoác lên một chiếc sơ mi không cổ, còn bà Yoshoto thì cởi tạp dề, và ba người chúng tôi xếp hàng một lúng túng đi xuống thang để tới phòng giảng viên. Ở đó, chất thành một chồng bừa bãi trên cái bàn rộng của ông Yoshoto, là chừng một tá phong bì lớn to đùng, dày cộm chưa mở. Đối với tôi, chúng mang một vẻ chải chuốt tinh tươm, giống như những học sinh mới. Ông Yoshoto dẫn tôi tới bàn mình nằm tách biệt ở đầu kia căn phòng, và bảo tôi ngồi xuống. Rồi, cùng bà Yoshoto đứng bên cạnh, ông mở vài cái phong bì. Ông và bà Yoshoto dường như đang xem xét những giấy tờ đủ loại ở bên trong theo một phương pháp chi đó, thỉnh thoảng lại hỏi ý kiến nhau bằng tiếng Nhật, trong khi tôi ngồi ở đầu kia phòng, trong bộ com lê lam và chiếc cà vạt Sulka, cố gắng tỏ ra sốt sắng và kiên nhẫn cùng lúc, cũng như cố cho thấy mình là thành phần không thể thiếu ở đây. Tôi lấy ra từ túi áo trong một nắm chì vẽ mềm mà tôi mang theo từ New York, bày chúng ra mặt bàn, cố gắng không gây một tiếng động nào. Có một lần ông Yoshoto vì lý do nào đó liếc nhìn tôi, và tôi ném cho ông một nụ cười thắng lợi thái quá. Rồi đột ngột, không một lời hay một cái nhìn về hướng tôi, hai người họ ngồi xuống bàn mình và bắt đầu làm việc. Lúc đó tầm bảy rưỡi.

Đến khoảng chín giờ, ông Yoshoto tháo mục kỉnh, đứng dậy và đi tới bàn tôi cầm theo một thếp giấy. Tôi đã dành một tiếng rưỡi hoàn toàn chẳng làm gì khác ngoài việc cố gắng giữ cho cái bụng không sôi lên thành tiếng. Tôi mau mắn đứng dậy khi ông đến gần, hơi hạ mình một tí để nom không cao đến bất kính với ông. Ông đưa tôi thếp giấy và bảo tôi vui lòng dịch phần sửa chữa viết tay của ông từ tiếng Pháp sang tiếng Anh. Tôi bảo, "*Oui, monsieur!*" Ông hơi cúi đầu, rồi lại đi bộ về bàn mình. Tôi đẩy mớ chì vẽ mềm sang một bên bàn, lấy bút mực ra và bắt đầu – hết sức là rầu rĩ – làm việc.

Giống như rất nhiều nghệ sĩ thực giỏi, ông Yoshoto dạy vẽ tuyệt đối chẳng khá hơn tẹo nào so với một nghệ sĩ tầm tầm có tí khiếu sư phạm. Bằng lối chữa đè rất thực tiễn của mình – tức là đặt bức vẽ trên giấy can của ông lên sản phẩm của học trò – cùng với các bình luận được viết ở mặt sau bức vẽ – ông có thể chỉ cho một học trò năng khiếu vừa phải cách vẽ một con lợn ra con lợn trong một cái chuồng ra cái chuồng, hoặc thậm chí một con lợn sinh động trong một cái chuồng sinh động. Nhưng cả đời mình chắc ông cũng chẳng thể chỉ cho ai cách vẽ một con lợn đẹp trong một cái chuồng đẹp (tất nhiên đấy chính là cái bí quyết kỹ thuật nho nhỏ mà những học sinh khá giỏi của ông hết sức thèm muốn được nhận qua thư). Cũng cần nói thêm là không phải ông vô thức hay cố ý dè sẻn tài năng của mình, hay là ông chủ tâm không muốn truyền đạt cho ai, mà chỉ đơn giản là ông làm gì có mà cho. Đối với tôi cái sự thật tàn nhẫn này chẳng có chút gì đáng ngạc nhiên, thế nên nó chẳng làm tôi kinh ngạc. Nhưng nó lại có một tác động lũy tích, xét đến vị trí tôi ngồi, và vào lúc chuẩn bị đến bữa trưa, tôi phải hết sức cẩn thận để không làm gót bàn tay đẫm mồ hôi của mình làm nhòe phần dịch. Cứ như thể tình hình chưa đủ căng thẳng, chữ viết tay của ông Yoshoto còn khó đọc nữa. Dù sao, lúc ăn trưa, tôi từ chối ăn cùng vợ chồng Yoshoto. Tôi bảo mình phải ra bưu điện. Rồi tôi gần như chạy xuống cầu thang và ra phố, rồi tôi đi rất nhanh, chẳng có phương hướng gì hết, qua một mê cung những phố phường lạ lẫm, xập xệ. Khi đến được một quán ăn trưa, tôi đi vào trong và ngốn liền bốn chiếc "Coney Island Red-Hots" và ba cốc cà phê sệt.

Trên đường quay về Les Amis Des Vieux Maîtres, tôi bắt đầu phân vân, đầu tiên là theo cái lối nhút nhát quen thuộc mà ít nhiều tôi cũng có kinh nghiệm đối phó, rồi sau đó là một cơn hoảng loạn hoàn toàn, rằng liệu có chút lý do *cá nhân* nào trong việc ông Yoshoto chỉ giao cho tôi làm mỗi việc dịch cả buổi sáng. Có phải ông già Fu Manchu ấy từ đầu đã biết tôi đang diện, giữa những vật dụng phụ kiện giả trá khác, một bộ ria của thằng nhóc mười chín tuổi? Cứ nghĩ đến khả năng ấy thôi là tôi cảm thấy không chịu nổi rồi. Nó cũng gặm nhấm dần cảm thức công lý nơi tôi. Tôi đây – một người đoạt ba giải nhất, bạn rất thân của Picasso (quả thực tôi bắt đầu tin mình *đúng là* người đó) – mà lại chỉ làm công việc phiên dịch. Thật là coi thường nhau quá. Bộ ria của tôi, dẫu có lưa thưa, thì vẫn là ria tôi thật; tôi không hề dùng keo dán nó lên mép. Tôi lấy mấy ngón tay lần hàng ria cho vững dạ khi quay về trường. Nhưng càng nghĩ về toàn bộ sự vụ này, tôi càng đi nhanh hơn, cho đến khi tôi gần như chạy nước kiệu, như thể nửa tin nửa ngờ rằng bất cứ lúc nào tôi cũng có thể bị chọi đá từ mọi hướng.

Mặc dù tôi chỉ ăn trưa hết chừng bốn chục phút chi đó, cả hai vợ chồng Yoshoto đã ngồi ở bàn làm việc lúc tôi về đến nơi. Họ không ngước lên, cũng không tỏ dấu hiệu gì là nghe thấy tôi bước vào. Thở hồng hộc, đầm đìa mồ hôi, tôi đi tới ngồi xuống bàn của mình. Tôi ngồi bất động cứng ngắc trong mười lăm hai mươi phút chi đó, duyệt lại đủ loại giai thoại lặt vặt mới về Picasso trong đầu, để phòng ông Yoshoto đột nhiên đứng dậy và tới lật mặt tôi. Và quả ông đột nhiên đứng dậy đi tới chỗ tôi thật. Tôi đứng dậy đón ông – mặt đối mặt, nếu cần – với một câu chuyện mới về Picasso, nhưng trước sự khiếp đảm của bản thân, lúc ông ấy đến chỗ tôi thì tôi đã quên béng nội dung rồi. Tôi đành bày tỏ sự ngưỡng mộ của tôi với bức tranh ngỗng bay treo trên đầu bà Yoshoto. Tôi ca ngợi nó không tiếc lời, suốt một lúc lâu. Tôi nói tôi có người quen ở Paris – một người liệt rất giàu, tôi nói – anh ấy sẽ trả ông Yoshoto bất cứ giá nào để có được bức tranh này. Tôi nói tôi có thể liên hệ với anh ấy ngay lập tức nếu ông Yoshoto hứng thú. Tuy vậy, may cho tôi là ông Yoshoto bảo bức tranh thuộc về em họ của ông, lúc này đang đi thăm họ hàng ở Nhật Bản. Rồi, trước khi tôi kịp bày tỏ sự tiếc rẻ, ông liền nhờ tôi – gọi tôi là ông Daumier-Smith – làm ơn chữa giúp một vài bài tập. Ông quay về bàn mình rồi trở lại mang theo ba cái phong bì khổng lồ dày cộp, đặt chúng lên bàn của tôi. Rồi, trong khi tôi đứng đực ra đấy, gật đầu như bổ củi và rờ lên áo vét chỗ lúc này tôi cất lại mấy chiếc chì vẽ, ông Yoshoto giải thích với tôi về phương pháp sư phạm của trường (hoặc đúng hơn là phương pháp sư phạm không tồn tại của nó). Sau khi ông quay lại bàn mình, tôi mất vài phút mới tĩnh tâm lại được.

Cả ba học sinh được giao cho tôi đều là học sinh sử dụng tiếng Anh. Người đầu tiên là một bà nội trợ hai mươi ba tuổi ở Toronto, cô này bảo họa danh của mình là Bambi Kramer, và yêu cầu trường gửi thư cho cô theo tên ấy. Tất cả học sinh mới ở Les Amis Des Vieux Maîtres đều được yêu cầu điền các phiếu câu hỏi và gửi ảnh bản thân kèm theo. Cô Kramer đã gửi một tấm ảnh in giấy bóng, cỡ hai mươi nhân hai lăm, chụp cô đi bít tất ngắn, diện một bộ đồ tắm dáng quây, và một chiếc mũ thủy thủ màu trắng. Trên phiếu câu hỏi cô viết rằng nghệ sĩ yêu thích của mình là Rembrandt và Walt Disney. Cô bảo cô hy vọng một ngày nào đó mình có thể cạnh tranh với họ. Những tác phẩm mẫu của cô được kẹp, trông như đồ trang trí, vào bức ảnh đấy. Tất cả nom đều bắt mắt. Có một bức thật không thể quên được. Bức tranh khó quên đấy được vẽ bằng màu nước sặc sỡ, bên dưới có dòng chú thích: "Tha thứ cho chúng tội xâm phạm." Bức tranh vẽ ba đứa trẻ con câu cá trong một vùng nước nom khá kỳ quặc, một chiếc áo khoác của chúng vắt lên tấm biển "Cấm câu cá!" Thằng bé cao nhất, ở tiền cảnh bức tranh, dường như có một bên chân bị còi xương, còn bên kia thì bị chân voi – có thể thấy rõ là do cô Kramer chủ ý vẽ như vậy để thể hiện thằng bé đang đứng hơi giạng chân.

Học sinh thứ hai của tôi là một "nhiếp ảnh gia xã hội" năm mươi sáu tuổi đến từ Windsor, Ontario, tên là R. Howard Ridgefield, ông này bảo vợ ông ấy thúc đít ông suốt mấy năm trời để rẽ vào mảng kiếm ăn bằng tranh. Nghệ sĩ ưa thích của ông là Rembrandt, Sargent và "Titan"(1), nhưng ông cũng thận trọng bồi thêm rằng ông cũng chẳng khoái vẽ theo những lối ấy. Ông bảo ông chủ yếu hứng thú với khía cạnh châm biếm hơn là khía cạnh nghệ thuật của hội họa. Để bảo chứng cho

1. Hẳn là Titian hay Tiziano Vecelli (1488-1576) – một họa sĩ lớn thời Phục Hưng. Nhân vật viết nhầm tên ông thành Titan, tức là người khổng lồ.

tuyên bố ấy, ông gửi theo một số lượng đáng kể những bức vẽ riêng và những bức sơn dầu. Một bức tranh của ông – tôi coi là tác phẩm chủ chốt – đến nay, qua nhiều năm, tôi vẫn có thể dễ dàng nhớ lại chẳng kém gì giai điệu của "Sweet Sue" hay "Let Me Call You Sweetheart". Bức tranh châm biếm bi kịch quen thuộc, thường ngày của một thiếu nữ trong trắng, tóc vàng dài quá vai và bộ ngực bát úp, bị tấn công phi pháp trong nhà thờ, ngay trong bóng án thờ, bởi mục sư của cô. Quần áo của hai nhân vật đều được vẽ xộc xệch. Thực tế là tôi không bị ấn tượng bởi những hàm ý châm biếm của bức tranh cho bằng chất lượng tay nghề được đổ vào đó. Giả tôi không biết họ sống cách xa nhau hàng trăm dặm, hẳn tôi dám thề rằng Ridgefield đã nhận được sự trợ giúp thuần túy kỹ thuật từ Bambi Kramer.

Ngoại trừ những hoàn cảnh cực kỳ hiếm hoi, trong bất cứ cuộc khủng hoảng nào, hồi tôi mười chín tuổi, khuỷu tay luôn là cái bộ phận đầu tiên trên cơ thể tôi bị tê liệt một phần hoặc hoàn toàn. Ridgefield và cô Kramer gây cho tôi nhiều cảm xúc, nhưng họ hoàn toàn chưa đủ sức làm tôi thấy buồn cười. Khi tôi đọc những thứ có trong phong bì của họ, ba bốn lần liền tôi định đứng lên mà long trọng phản đối ông Yoshoto. Nhưng tôi lại không rõ sự phản đối của tôi nên khoác lên hình thức nào. Tôi nghĩ tôi sợ mình sẽ đi tới bàn ông chỉ để nói, bằng một giọng the thé: "Mẹ tôi chết rồi, còn tôi thì phải sống với ông chồng duyên dáng của bà ấy, còn ở New York chẳng có ai nói tiếng Pháp, *và phòng con trai ông thì chẳng có cái ghế nào*. Sao ông nghĩ tôi lại có thể dạy được hai người khùng điên này cách vẽ?" Rốt cuộc, vì đã có thâm niên tự rèn cách dìm nỗi tuyệt vọng xuống, tôi dễ dàng xoay xở ngồi im. Tôi mở cái phong bì thứ ba.

Học sinh thứ ba của tôi là một nữ tu theo dòng Các Nữ Tu Thánh Joseph, tên là dì Irma, dạy môn "nấu ăn và vẽ" tại một trường tiểu học của tu viện ngay ngoài Toronto. Và tôi hoàn toàn *không biết* phải bắt đầu mô tả những gì có trong phong bì của cô từ đâu nữa. Chắc đầu tiên tôi phải đề cập việc, thay vì một tấm ảnh bản thân, dì Irma lại gửi kèm, không một lời giải thích, một tấm ảnh chụp tu viện của cô. Tôi cũng để ý thấy là cô để trống cái dòng yêu cầu học sinh điền độ tuổi của mình vào. Ngoài mấy cái đó, phiếu câu hỏi của cô được điền một cách chi tiết đến độ chắc trần đời *này* không thể tìm được một cái phiếu thứ hai như vậy. Cô sinh ra lớn lên ở Detroit, Michigan, ở đó bố cô là "người kiểm tra cho xe Ford". Cô học hết năm đầu cấp ba. Cô không được học vẽ một cách nghiêm túc. Cô bảo lý do duy nhất cô dạy vẽ là do một dì nào đó đã qua đời và cha Zimmermann (một cái tên ngay lập tức khiến tôi chú ý, bởi đấy chính là tên ông nha sĩ đã nhổ mất tám cái răng của tôi) – cha Zimmermann đã chọn cô làm người thay thế. Cô bảo cô có "34 mèo con trong lớp học nấu ăn và 18 mèo con trong lớp học vẽ". Thú vui của cô là yêu Chúa và lời Chúa răn, cũng như "sưu tầm lá cây nhưng chỉ khi chúng nằm trên mặt đất". Họa sĩ yêu thích của cô là Douglas Bunting. (Tôi không ngại nói rằng đấy là một cái tên mà nhiều năm qua tôi không ngừng tìm kiếm nhưng toàn đâm đầu ngõ cụt.) Cô nói cô sẽ chăm chỉ để học cách vẽ tốt hơn, và hy vọng chúng tôi sẽ kiên nhẫn với cô.

Trong phong bì chỉ có sáu tác phẩm mẫu của cô. (Tất cả tác phẩm đều không có chữ ký – một tiểu tiết, nhưng vào lúc đó nó gây ra cảm giác dễ chịu khác thường. Tranh của Bambi Kramer và Ridgefield thảy đều được ký hoặc – không hiểu sao cái này còn gây ngứa mắt hơn – viết tắt tên.) Mười ba năm trôi qua, tôi không chỉ nhớ rất rõ toàn bộ sáu bức tranh của dì Irma, mà bốn trong số đó thỉnh thoảng tôi nghĩ mình nhớ hơi quá rõ, đến mức đáng ngại. Bức tranh tốt nhất của cô được vẽ bằng màu nước, trên giấy nâu. (Giấy nâu, đặc biệt là giấy gói, là thứ giấy vẽ rất dễ chịu và thoải mái. Rất nhiều nghệ sĩ kinh nghiệm đã sử dụng nó khi không định vẽ những gì to tát kỳ vĩ.) Bất chấp kích thước giới hạn (dài ba mươi rộng hai mươi lăm phân), bức tranh đặc tả rất chi tiết cảnh Chúa được đưa tới mộ trong vườn của Joseph xứ Arimathea. Ở tiền cảnh về hết bên phải, có hai người dường như là nô bộc của Joseph đang lóng ngóng khiêng Chúa. Joseph (xứ Arimathea) đi theo ngay sau họ – dáng đi, xét trong hoàn cảnh đó, có lẽ hơi bị thẳng quá. Cách sau Joseph một khoảng đủ cho thấy sự quy phục, những người đàn bà ở Galilee, lẫn vào trong một đám đông hỗn tạp, có phần hơi hỗn loạn, gồm những người thương khóc, các khán giả, trẻ con và không ít hơn ba tên con hoang nghịch đạo đang nhe nhởn. Đối với tôi, hình tượng trung tâm trong bức tranh là một phụ nữ ở bên trái tiền cảnh, *đối mặt* với người xem. Bàn tay trái giơ cao quá đầu, bà đang cuống quýt ra hiệu cho ai đó – có lẽ là con bà, hoặc chồng bà, hoặc cũng có thể là người xem – quẳng mọi thứ đi và hãy nhanh lên. Hai người phụ nữ ở hàng đầu đám đông có hào quang phát ra. Không có Kinh Thánh trong tay, tôi chỉ có thể đoán bừa danh tính của họ. Nhưng tôi tức thì nhận ra Mary Magdalene. Dù sao tôi cũng tin rằng mình đã nhận ra bà. Bà đứng ở giữa lớp tiền cảnh, bước đi, rõ ràng là tách khỏi đám đông, tay buông thõng. Có thể nói là bà không lộ ra chút nào vẻ đau khổ – thực tế là không có một dấu hiệu bề ngoài nào hé lộ những liên hệ đáng ghen tị của bà với người quá cố. Gương mặt bà, giống như mọi gương mặt khác trong bức tranh, được hoàn thiện bằng một thứ màu da pha sẵn rẻ tiền. Rành rành là dì Irma không hề vừa ý với cái màu này, và đã có những cố gắng cao quý, không hề được chỉ dẫn, để hạ tông màu ấy. Ngoài ra không còn lỗi nào nghiêm trọng trong bức tranh. Nói cách khác, nếu có chê những lỗi ấy thì đấy cũng chỉ là kiểu bắt bẻ vụn vặt. Tóm lại, đấy là một tác phẩm nghệ thuật, được thấm đẫm một thứ năng khiếu nghiêm ngắn và cao vời, cùng Chúa biết là bao nhiêu giờ miệt mài lao động.

Tất nhiên, một trong những phản ứng đầu tiên của tôi sẽ là cầm phong bì của dì Irma tới chỗ ông Yoshoto. Nhưng lần này tôi cũng vẫn ngồi im. Tôi không muốn mạo hiểm để xơ Irma bị tước khỏi tay mình. Hồi lâu sau, tôi cẩn thận đóng phong bì của cô lại rồi đặt nó sang một bên, với một kế hoạch hay ho là đêm đó sẽ làm việc với nó, bao lâu tùy thích. Rồi, với một sự khoan dung nhiều hơn mức tôi tưởng mình có, thậm chí suýt soát thiện ý, tôi dành thời gian còn lại của chiều hôm đó để làm công việc chữa bài trên một vài hình vẽ nam và nữ khỏa thân (*sans*[1] bộ phận sinh dục) mà R. Howard Ridgefield đã vẽ một cách trau chuốt và tục tĩu.

Đến giờ ăn tối, tôi gỡ ba cúc áo sơ mi và giấu cái phong bì của dì Irma ở chỗ mà cả kẻ trộm lẫn ông bà Yoshoto, thận trọng vẫn hơn, đều không thể đột nhập.

Một thủ tục ngầm nhưng nghiêm ngặt luôn được thực hiện trong mọi bữa tối ở Les Amis Des Vieux Maîtres. Bà Yoshoto sẽ thoăn thoắt đứng dậy khỏi bàn lúc năm giờ ba mươi và đi xuống lầu để chuẩn bị bữa tối, còn ông Yoshoto và tôi sẽ đi theo – chúng tôi sẽ đi hàng một – vào sáu giờ đúng. Không được chệch khỏi lộ trình

1. (Tiếng Pháp) Không có.

ấy, bất kể vì lý do thiết yếu hay lý do vệ sinh. Tuy nhiên, tối hôm đó, với cái phong bì của dì Irma ấm sực trong ngực, tôi chưa bao giờ cảm thấy thư thái đến vậy. Thực tế là suốt cả bữa tối, tôi không thể nào tỏ ra thân ái hơn được nữa. Tôi kể một câu chuyện rất thú vị về Picasso mà tôi vừa nghĩ ra, trong khi đáng lẽ tôi nên để dành cho lúc nào thật cần thiết. Ông Yoshoto chẳng hề hạ tờ báo xuống mà nghe chuyện, nhưng bà Yoshoto thì có vẻ hứng thú, hoặc ít nhất là không tỏ ra hờ hững. Dẫu sao, khi tôi kể xong, bà nói với tôi lần đầu tiên kể từ buổi sáng lúc bà hỏi tôi có muốn ăn trứng không. Bà hỏi tôi chắc là mình không cần một cái ghế trong phòng chứ. Tôi đáp ngay, "*Non, non... merci, madame.*" Tôi nói rằng những chiếc nệm sàn được đặt sát vào tường đã cho tôi cơ hội tập giữ thẳng lưng. Tôi đứng lên để cho bà thấy lưng tôi võng ra sau đến mức nào.

Sau bữa tối, trong khi vợ chồng Yoshoto đang tranh luận bằng tiếng Nhật về một chủ đề chắc là hơi khiêu khích, tôi xin phép rời bàn. Ông Yoshoto nhìn tôi như thể ông không chắc làm thế nào mà tôi lại chui được vào bếp của ông, nhưng cũng gật đầu, thế là tôi bước vội qua hành lang về phòng mình. Khi tôi bật cái đèn trên đầu lên và đóng cửa lại sau lưng, tôi lấy mấy chiếc chì vẽ ra khỏi túi, rồi cởi áo vét, mở cúc áo sơ mi và ngồi xuống nệm, tay cầm phong bì của dì Irma. Mãi đến bốn giờ sáng, khi tất cả những gì tôi cần đã được trải ra trên sàn ngay trước mắt, tôi khởi sự đi tìm thứ mà tôi cho là khiếu nghệ thuật của dì Irma cần nhất.

Trước tiên tôi vẽ phác thảo chừng mươi mười hai bức bằng chì. Thay vì xuống dưới lầu vào phòng giảng viên để lấy giấy vẽ, tôi vẽ lên luôn giấy ghi chép cá nhân của tôi, dùng cả hai mặt giấy. Sau khi làm xong, tôi viết một bức thư dài, gần như vô tận.

Suốt đời mình, tôi vẫn luôn cất giữ mọi thứ chẳng khác nào một tay khùng quá cỡ, và đến giờ tôi vẫn còn giữ bản nháp chót của bức thư tôi viết cho dì Irma vào cái đêm tháng Sáu năm 1939 ấy. Tôi có thể chép lại nguyên văn bức thư ở đây, nhưng không cần phải làm thế. Tôi đã sử dụng phần lớn bức thư, ý tôi là một phần rất to ấy, để chỉ ra trong bức tranh những chỗ nào cô gặp chút khó khăn, đặc biệt là với màu sắc. Tôi liệt kê ra một vài họa cụ mà tôi nghĩ cô không thể không có, lại còn chua thêm giá cả vào nữa. Tôi hỏi cô Douglas Bunting là ai. Tôi hỏi mình có thể xem thêm các tác phẩm của ông ấy ở đâu. Tôi hỏi cô (và tôi biết đấy chỉ là đoán hú họa) liệu cô đã bao giờ xem bất kỳ bản sao nào những bức tranh của Antonello da Messina chưa. Tôi bảo cô làm ơn cho tôi biết tuổi, và cam đoan dài dòng với cô rằng thông tin ấy nếu được cung cấp sẽ chỉ có mình tôi biết mà thôi. Tôi bảo lý do duy nhất tôi hỏi tuổi là bởi thông tin đó sẽ giúp tôi hướng dẫn cô được hiệu quả hơn. Gần như liền một hơi, tôi hỏi luôn liệu cô có được tiếp khách trong tu viện của mình hay không.

Mấy dòng (hay mét khối) cuối trong bức thư, tôi nghĩ có thể sao lại ở đây – cú pháp, chấm câu, nói chung là tất cả.

... Nhân tiện, nếu cô thông thạo ngôn ngữ Pháp, tôi hy vọng cô sẽ cho biết, bởi tôi có thể diễn đạt ý tưởng rất chính xác bằng thứ ngôn ngữ đó, do đã dành phần rất lớn tuổi trẻ của tôi chủ yếu tại Paris, Pháp.

Bởi khá rõ là cô quan tâm đến cách vẽ nhân vật chạy, để có thể truyền đạt kỹ thuật ấy cho các học trò tại tu viện, tôi gửi kèm một vài phác họa do tôi vẽ, có thể sẽ có ích. Cô sẽ thấy là tôi vẽ chúng khá nhanh, và dứt khoát là chúng không hoàn hảo, hay thậm chí là đáng khen ngợi, nhưng tôi tin rằng chúng sẽ giúp cô thấy các nguyên tắc căn bản mà cô quan tâm. Thật không may, tôi e là giám đốc trường này không có hệ thống gì trong phương pháp giảng dạy. Tôi rất vui mừng thấy là cô ngay từ đầu đã rất có năng lực, nhưng quả tôi hoàn toàn không rõ ông ấy muốn tôi làm gì với những học sinh khác, những người mà theo quan điểm của tôi đều rất trì độn và ngớ ngẩn.

Thật không may, tôi là người theo thuyết bất khả tri; tuy nhiên, tôi là một người hâm mộ Thánh Francis xứ Assisi từ xa, điều ấy thì khỏi phải nói. Tôi tự hỏi không biết cô có quen thuộc với những gì ngài ấy (Thánh Francis xứ Assisi) nói khi người ta sắp sửa đốt một bên nhãn cầu ngài bằng que sắt nung đỏ không? Ngài ấy nói như sau:

"Người anh em Lửa, Chúa tạo ra anh em đẹp đẽ, mạnh và hữu dụng; ta cầu anh em nhã nhặn với ta." Tranh cô vẽ hơi giống lời ngài, theo những cách rất vừa ý, theo quan điểm của tôi. Nhân tiện, liệu tôi có thể hỏi có phải phu nhân trẻ mặc bộ đồ xanh ở tiền cảnh là Mary Magdalene không? Ý tôi tất nhiên là trong bức tranh chúng ta đang thảo luận. Nếu không phải thì tôi đã nhầm lẫn một cách đáng buồn rồi. Tuy vậy, đây cũng chẳng phải lần đầu tiên.

Tôi hy vọng cô cứ tùy nghi trao đổi với tôi chừng nào cô tiếp tục theo học tại Les Amis Des Vieux Maîtres. Thực lòng tôi nghĩ cô rất có tài và hẳn tôi cũng chẳng hề kinh ngạc chút nào nếu sau nhiều năm nữa cô trở thành một thiên tài. Hãy tin rằng tôi không khuyến khích cô một cách tùy tiện về vấn đề này. Đó là một lý do tại sao tôi hỏi cô phu nhân trẻ mặc đồ xanh trong tiền cảnh có phải Mary Magdalene không, bởi nếu đúng là vậy thì tôi e là cô đang vận dụng thiên tư phôi thai của mình nhiều hơn là những thiên hướng tôn giáo. Tuy nhiên, theo tôi điều ấy chẳng có gì đáng ngại.

Chân thành mong cô được
hoàn toàn mạnh khỏe,
Thân ái,
(ký tên)
JEAN DE DAUMIER-SMITH
Giảng viên
Les Amis Des Vieux Maîtres

Tái bút: Tôi suýt quên là học sinh phải gửi thư tới trường vào ngày thứ Hai của tuần thứ hai mỗi tháng. Với bài tập đầu tiên, liệu cô có thể thực hiện cho tôi một vài phác thảo ngoài trời không? Xin cứ vẽ thật thoải mái, không có gì phải căng thẳng. Tất nhiên tôi không được biết ở tu viện người ta cho phép cô bao nhiêu thời gian riêng để vẽ, tôi hy vọng được cô cho biết. Thêm nữa tôi cũng nài cô mua những họa cụ cần thiết mà tôi đã tùy tiện gợi ý, cũng như tôi mong cô bắt đầu vẽ dầu càng sớm càng tốt. Nếu cô bỏ quá cho mấy lời này, thì tôi tin rằng cô quá say sưa với chỉ màu nước, và chẳng biết đến bao giờ mới động đến màu dầu. Tôi nói điều này một cách khách quan, không hề có ý xấu gì hết; thực ra đấy là một lời khen. Với lại, hãy gửi tôi *tất cả* những tác phẩm trước đây mà cô còn giữ, bởi tôi rất tha thiết muốn xem chúng. Chắc chắn là cho đến khi phong bì tiếp của cô đến nơi, tôi sẽ thấy sốt ruột không thể chịu được.

Nếu làm vậy không phải quá giới hạn, tất nhiên tôi sẽ hết sức biết ơn nếu cô nói cho tôi biết cô có thấy làm một nữ tu là điều mãn ý, tất nhiên là theo nghĩa tinh thần. Nói thật là tôi đang nghiên cứu vài tôn giáo, như một sở thích, kể từ khi tôi đọc tập 36, 44, 45 trong bộ *Kinh điển Harvard*, mà chắc cô cũng biết. Tôi đặc biệt thích thú với Martin Luther, và tất nhiên ông ấy là một người Tin Lành. Xin đừng mích lòng vì điều ấy. Tôi không bênh vực học thuyết nào hết; đấy không phải bản tính của tôi. Cuối cùng, xin đừng quên báo cho tôi thời gian thăm viếng của cô, bởi theo như tôi biết thì các cuối tuần tôi đều rảnh, và biết đâu đấy một ngày thứ Bảy nào đó tôi lại tình cờ ở gần chỗ cô. Thêm nữa đừng quên nói cho tôi biết nếu cô có thể nói tương đối tiếng Pháp, bởi tôi gần như tương đối không nói được bằng tiếng Anh, do sự giáo dục thay đổi lộn xộn và hầu như vô nghĩa mà tôi được hưởng.

Tôi ra phố để gửi thư và các bức vẽ cho dì Irma vào khoảng ba rưỡi sáng. Rồi, hết sức hân hoan theo nghĩa đen, tôi lúng túng cởi áo rồi lăn ra giường.

Ngay trước khi tôi chìm vào giấc ngủ, âm thanh rên rỉ lại vang lên qua bức tường từ phòng ngủ vợ chồng Yoshoto. Tôi hình dung vợ chồng họ đến gặp tôi vào buổi sáng, và nhờ tôi, nài tôi lắng nghe vấn đề bí mật của họ cho đến chi tiết kinh khủng cuối cùng. Tôi thấy rõ mọi chuyện sẽ xảy ra thế nào. Tôi sẽ ngồi xuống giữa hai người họ ở bàn bếp và lắng nghe từng người. Tôi sẽ nghe, nghe nữa, nghe mãi, tay ôm đầu – cho đến cuối cùng không thể chịu được nữa, tôi sẽ thọc tay vào cổ họng bà Yoshoto, móc tim bà ra rồi ủ ấm nó như tôi sẽ làm với một con chim. Rồi, khi mọi thứ đã đâu vào đó, tôi sẽ bày tác phẩm của dì Irma cho vợ chồng Yoshoto, và họ sẽ cùng chia sẻ niềm vui với tôi.

*

Sự thực hiển nhiên bao giờ cũng đến quá muộn, nhưng khác biệt lớn nhất giữa hạnh phúc và vui sướng đấy là hạnh phúc thì rắn còn vui sướng thì lỏng. Niềm hạnh phúc của tôi bắt đầu rỉ khỏi bình chứa nó ngay sáng hôm sau, khi ông Yoshoto tạt qua bàn tôi để lại phong bì của hai học sinh mới. Lúc đó tôi đang làm việc với mấy bức vẽ của Bambi Kramer, khá bình tĩnh, biết rằng khi tôi làm thế, thư tôi gửi cho dì Irma đã được an toàn trong hòm thư. Nhưng tôi hoàn toàn không chuẩn bị để đối diện với cái sự thể quái đản là trên đời này vẫn còn hai người kém tài hội họa hơn cả Bambi hay R. Howard Ridgefield. Cảm thấy đức hạnh trong mình đã bị tháo cạn, tôi châm điếu thuốc trong phòng giảng viên lần đầu tiên kể từ khi tôi tới đây. Cũng có tác dụng, thế là tôi quay lại với tác phẩm của Bambi. Nhưng trước khi kịp rít quá ba bốn hơi, tôi cảm thấy, mà không cần phải ngước lên, rằng ông Yoshoto đang nhìn tôi. Rồi, như để khẳng định điều đó, tôi nghe tiếng ghế ông được đẩy ra sau. Như thường lệ, tôi đứng dậy gặp ông khi ông tới. Ông giải thích với tôi, bằng một giọng thì thầm gây khó chịu khủng khiếp, rằng cá nhân ông thì không phản đối gì chuyện hút thuốc, nhưng lạy trời chính sách của nhà trường là không được hút thuốc trong phòng giảng viên. Ông ngắt luôn lấy lời xin lỗi dài dòng của tôi bằng một cái khoát tay cao thượng, rồi quay trở lại đầu phòng của ông và bà Yoshoto. Trong cơn hoảng hốt thực sự, tôi tự hỏi làm thế nào mình có thể sống sót, mà không phát điên, qua được mười ba ngày nữa để tới thứ Hai tức là ngày đến hạn gửi thư của dì Irma.

Lúc đó là sáng thứ Ba. Tôi dành phần thời gian làm việc còn lại trong ngày và toàn bộ thời gian làm việc hai ngày tiếp theo để khiến mình bận tối mắt tối mũi. Đại khái là tôi rã các bức vẽ của Bambi Kramer và R. Howard Ridgefield ra, rồi ghép chúng lại với các phần mới. Tôi thiết kế cho hai học sinh này khoảng vài tá bài tập vẽ đầy sỉ mạ, coi thường, nhưng bổ ích. Tôi viết những bức thư dài cho họ. Tôi gần như cầu xin R. Howard Ridgefield hãy thôi vẽ châm biếm một thời gian. Tôi yêu cầu Bambi, với sự tế nhị tối đa, làm ơn tạm thời dừng nộp bất cứ bức vẽ nào có tựa đề tương tự "Tha thứ cho chúng tội xâm phạm". Rồi, đến giữa chiều ngày thứ Năm, cảm thấy dễ chịu phấn khởi, tôi bắt đầu với một trong số hai học sinh mới, một người Mỹ ở Bangor, Maine, mà trong phiếu trả lời, với một kiểu chính trực thành thực và dài dòng, viết rằng anh ta chính là họa sĩ yêu thích của bản thân. Anh gọi mình là một họa sĩ trừu tượng hiện thực. Vào khoảng thời gian sau giờ lên trường, tối thứ Ba tôi bắt xe buýt vào khu Montreal chính hiệu, ngồi hết chương trình Tuần lễ hội Hoạt hình ở một rạp chiếu phim hạng ba – chủ yếu là phải ngồi chứng kiến một tràng liên tục những con mèo bị băng chuột oanh tạc bằng nút bần sâm panh. Tối thứ Tư, tôi gom hết đống gối ngồi trong phòng mình lại, chồng chúng lên thành ba tầng, và cố gắng phác lại theo trí nhớ bức vẽ tang Chúa của dì Irma.

Tôi rất muốn nói rằng tối thứ Năm khá khác thường, có khi còn quỷ dị, nhưng thực tế là tôi không có mấy cái tính từ phiếu biểu để gọi cái tối thứ Năm ấy. Sau bữa tối tôi rời khỏi Les Amis rồi đi lang thang không mục đích – chắc là đi xem phim, mà cũng có thể chỉ để đi bộ; tôi không nhớ nổi, và riêng lần ấy, nhật ký của tôi năm 1939 cũng vô dụng, bởi trang tôi cần thì lại để trống hoàn toàn.

Mặc dù vậy, tôi biết tại sao trang ấy lại để trống. Khi tôi quay về từ nơi tôi giết thời gian đêm đó – tôi nhớ được là lúc đó đã tối rồi – tôi đứng lại trên vỉa hè ngoài trường và nhìn vào ô cửa kính trưng bày được thắp sáng của cửa hàng thiết bị chỉnh hình. Rồi một chuyện hoàn toàn gớm guốc xảy đến. Tôi thấy buộc phải chấp nhận ý nghĩ rằng dẫu một ngày nào đó tôi học được cách sống cuộc đời mình một cách điềm tĩnh, hoặc hợp lẽ, hoặc duyên dáng đến đâu đi chăng nữa, thì cùng lắm tôi vẫn cứ là một vị khách trong một khu vườn đầy bình tiểu sứ và bô đi ỉa, với những vị thần-con rối gỗ mù lòa đứng cạnh đó đeo một cái đai bụng có gắn mác giá. Tất nhiên ý nghĩ ấy hẳn không thể kéo dài hơn vài giây. Tôi nhớ đã chạy lên phòng mình, cởi quần áo rồi lên giường mà chẳng buồn mở nhật ký ra, nói gì đến chuyện ghi lại.

Tôi nằm thao thức nhiều giờ, run rẩy. Tôi lắng nghe tiếng rên ở phòng bên cạnh, và tôi ép mình nghĩ tới học sinh ngôi sao của tôi. Tôi cố hình dung cái ngày tôi tới gặp cô ở tu viện. Tôi thấy cô bước tới gặp tôi – gần một hàng rào dây thép cao – một cô gái mười tám tuổi xinh đẹp, bẽn lẽn, vẫn chưa tuyên khấn trọn đời, vẫn được tự do đi ra thế giới bên ngoài với gã đàn ông kiểu Peter Abelard mà cô chọn. Tôi thấy chúng tôi đi chậm, lặng lẽ, hướng tới một khu đất xanh tươi nằm ở góc xa trên phần đất tu viện, ở đó, đột ngột, và không hề vương tội, tôi sẽ choàng tay qua eo cô. Hình ảnh đó thật mê ly quá, chẳng thể giữ lại được, và cuối cùng tôi buông nó ra, rồi chìm vào giấc ngủ.

Tôi dành toàn bộ sáng thứ Sáu và hầu hết buổi chiều để quần quật, bằng cách dùng giấy lót, tách những cái cây còn nhận ra được khỏi một rừng những biểu tượng dương vật mà người đàn ông từ Bangor, Maine đã hữu thức vẽ ra trên giấy linen đắt tiền. Tôi thấy mê mụ cả về tâm trí, tinh thần lẫn thể chất vào khoảng bốn rưỡi chiều, và tôi chỉ đủ sức nhỏm người dậy khi ông Yoshoto tới bàn tôi một chốc. Ông đưa tôi cái gì đó – đưa nó cho tôi một cách lạnh lùng chẳng kém gã bồi bàn bậc trung phân phát thực đơn. Đấy là một lá thư từ mẹ bề trên của tu viện của dì Irma, báo với ông Yoshoto rằng cha Zimmermann, vì những chuyện nằm ngoài tầm kiểm soát, đã buộc phải thay đổi quyết định cho phép dì Irma theo học tại Les Amis Des Vieux Maîtres. Người viết nói rằng bà hết sức lấy làm tiếc về bất cứ sự bất tiện hoặc lộn xộn nào mà thay đổi này có thể gây ra cho nhà trường. Bà thành thực hy vọng rằng khoản học phí đầu tiên mười bốn đô la sẽ được hoàn lại cho giáo khu.

Suốt nhiều năm, tôi vẫn tin rằng con chuột từ chỗ bẫy chuột tập tễnh về hang ổ với một kế hoạch mới kín kẽ để giết con mèo. Sau khi tôi đọc đi đọc lại, rồi suốt một lúc thật lâu nhìn chằm chằm lá thư của mẹ bề trên, tôi thình lình bỏ nó ra rồi viết thư cho bốn học sinh còn lại của tôi, khuyên họ nên từ bỏ ý định trở thành họa sĩ đi. Tôi bảo với từng người rằng họ tuyệt đối chẳng có tí tài năng nào đáng phát triển, và họ chỉ đang lãng phí thời gian vàng ngọc của bản thân cũng như của nhà trường. Tôi viết cả bốn bức thư bằng tiếng Pháp. Viết xong, tôi lập tức đi ra ngoài gửi thư. Cảm giác thỏa mãn thực ngắn ngủi, nhưng vẫn cứ là hết sức dễ chịu.

Khi đến giờ nhập đoàn xuống bếp ăn tối, tôi xin phép vắng mặt. Tôi bảo mình cảm thấy không khỏe. (Hồi năm 1939, tôi nói dối nghe thuyết phục hơn nhiều khi tôi nói thật – nên tôi rất chắc rằng ông Yoshoto đã nhìn tôi với ánh mắt nghi ngờ khi tôi nói tôi không khỏe.) Rồi tôi đi lên phòng, ngồi xuống một cái nệm. Tôi ngồi đó chắc phải một giờ, nhìn vào một lỗ sáng trên tấm mành cửa sổ, mà không hút thuốc hay cởi áo, cũng chẳng nới cà vạt. Rồi đột ngột, tôi đứng dậy đi lấy giấy ghi cá nhân của tôi và viết một bức thư thứ hai cho dì Irma, để giấy xuống sàn mà viết.

Tôi không bao giờ gửi lá thư ấy. Dưới đây tôi sao y bản chính bức thư.

Montreal, Canada
28 tháng Sáu năm 1939

Thân gửi dì Irma,

Không biết có phải tôi đã tình cờ nói điều gì đáng ghét hay bất kính với cô trong lá thư vừa rồi, để nó đến tai cha Zimmermann và gây ra nỗi khó chịu nào đó với cô? Nếu sự tình là vậy, tôi mong cô ít nhất cho tôi một cơ hội hợp lý để rút lại những lời, bất kể đó là gì, mà tôi có lẽ đã thật không khôn ngoan khi nói ra trong cơn nhiệt tình muốn làm bạn với cô cũng như làm thầy giáo và học sinh. Yêu cầu này liệu có quá quắt không? Tôi không tin là thế.

Sự thật đơn thuần là như sau: Nếu cô không học thêm một vài nguyên tắc căn bản trong họa nghệ, thì cả đời này cô sẽ chỉ là một nghệ sĩ rất, rất thú vị, thay vì một nghệ sĩ vĩ đại. Theo tôi thì điều này thật kinh khủng. Cô có nhận ra tình hình nghiêm trọng đến mức nào không?

Rất có thể cha Zimmermann buộc cô thôi học bởi ông ấy nghĩ việc học sẽ ngăn cô trở thành một nữ tu chính chuyên. Nếu là như vậy, tôi không thể không nói rằng tôi nghĩ ông ấy đã quá hấp tấp trên không chỉ một phương diện. Học vẽ không hề cản trở bổn phận một nữ tu. Bản thân tôi cũng sống như một thầy tu nhiều ý nghĩ độc địa. Điều tồi tệ nhất mà phận nghệ sĩ có thể gây ra với cô đấy là nó sẽ làm cô thường trực trong trạng thái hơi bất hạnh. Tuy nhiên, theo quan điểm của tôi đấy không phải một tình cảnh bi thảm. Ngày hạnh phúc nhất đời tôi là nhiều năm trước, khi tôi mười bảy tuổi. Tôi đang trên đường tới bữa trưa để gặp mẹ tôi, bà ra phố lần đầu tiên sau một trận bệnh dài, tôi cảm thấy hạnh phúc ngây ngất thì đột nhiên, khi đi vào đại lộ Victor Hugo, là một con phố ở Paris, tôi va phải một gã không có mũi. Tôi muốn cô làm ơn nghĩ về nó, đúng hơn tôi van cô. Sự kiện ấy chứa đầy ý nghĩa.

Cũng có thể cha Zimmermann buộc cô dừng học bởi lý do có lẽ tu viện của cô thiếu nguồn quỹ để chi trả học phí. Tôi thành thực hy vọng đấy là lý do thực sự, không chỉ bởi nó khiến tôi nhẹ nhõm, mà còn theo một nghĩa thực tiễn nữa. Nếu đúng thực nguyên do là như vậy, cô chỉ cần nói thôi, tôi sẽ phục vụ cô miễn phí trong thời gian không giới hạn. Chúng ta có thể thảo luận thêm về vấn đề này không? Liệu tôi có thể hỏi lại những ngày nào có thể đến gặp cô tại tu viện không? Liệu tôi có được tự tiện tính đến thăm cô ở tu viện vào chiều thứ Bảy tuần tới, ngày 6 tháng Bảy, từ 3 đến 5 giờ chiều, tùy vào lịch tàu chạy giữa Montreal và Toronto không? Tôi hết sức ngóng chờ hồi đáp của cô.

Cùng lòng tôn trọng và ngưỡng mộ,

Bạn của cô,
(ký tên)
JEAN DE DAUMIER-SMITH
Giảng viên
Les Amis Des Vieux Maîtres

Tái bút. Trong thư trước đấy tôi có hỏi có phải người phụ nữ trẻ vận đồ xanh ở tiền cảnh bức tranh tôn giáo của cô có phải Mary Magdalene người mang tội không. Nếu cô vẫn chưa viết thư hồi đáp, thì xin hãy hoãn lại. Rất có thể tôi đã nhầm, và tôi không chủ tâm đón nhận bất cứ sự vỡ mộng nào tại thời điểm này trong đời tôi. Tôi muốn được ở trong bóng tối.

Ngay cả hôm nay, muộn như *lúc này*, tôi vẫn có xu hướng co rúm lại khi nhớ rằng tôi đã mang một bộ com lê tiệc tối theo mình tới Les Amis. Nhưng tôi đã mang một bộ, và sau khi viết xong bức thư của tôi cho dì Irma, tôi liền vận bộ ấy. Toàn bộ sự việc ấy dường như là cái cớ không thể hợp lý hơn để uống say, và bởi trong đời mình tôi chưa bao giờ say (vì sợ rằng uống rượu quá độ sẽ làm run bàn tay đã vẽ những bức tranh gặt được ba giải nhất, vân vân...), tôi cảm thấy buộc phải mặc sao cho phù hợp với dịp bi thảm ấy.

Khi vợ chồng Yoshoto vẫn ở trong bếp, tôi xuống lầu và gọi điện tới khách sạn Windsor – nơi bạn của Bobby, cô X, đã gợi ý cho tôi trước khi tôi rời khỏi New York. Tôi đặt trước một bàn một người, lúc tám giờ.

Tầm bảy rưỡi, đã ăn mặc bảnh chọe, tôi thò đầu ra ngoài cửa ngó xem vợ chồng Yoshoto có ai lởn vởn ở đó không. Tôi không muốn họ thấy tôi mặc áo vét tiệc tối, vì một vài lý do. Họ không có ở đó, tôi liền vội đi xuống phố và bắt đầu tìm xe taxi. Thư gửi dì Irma nằm ở túi trong áo vét của tôi. Tôi định đọc nó trong bữa tối, hay nhất là dưới ánh nến.

Tôi đi bộ hết khu này đến khu khác mà chẳng thấy chiếc taxi nào, đừng nói là taxi trống. Lần đi ấy thật vất vả. Khu Verdun của Montreal hoàn toàn không thể gọi là một khu sang chảnh, và tôi thì tin rằng bất cứ ai đi qua đều ném cho tôi một ánh nhìn cơ bản là chê trách. Cuối cùng, khi tôi đến quán bar ăn trưa chỗ tôi ngốn bánh "Coney Island Red-Hots" vào thứ Hai, tôi quyết định thôi thì vứt quách chỗ đặt trước ở khách sạn Windsor đi. Tôi đi vào quán, ngồi ở một bốt đầu hàng, và cứ để tay trái lên chiếc cà vạt đen của mình khi tôi gọi xúp, bánh cuộn và cà phê đen. Tôi hy vọng những khách khác sẽ nghĩ tôi là một thằng bồi trên đường đi làm.

Khi tôi uống đến cốc cà phê thứ hai, tôi lấy lá thư chưa gửi cho dì Irma và đọc lại nó. Tôi thấy nội dung của thư có hơi mỏng, và tôi quyết định lộn về Les Amis để giặm lại nó đôi chút. Tôi cũng nghĩ về những kế hoạch đến thăm dì Irma, và tự hỏi liệu đấy có phải ý tưởng hay nếu như tôi đặt luôn ghế trên tàu vào tối hôm đó. Với hai ý nghĩ ấy trong óc – cả hai đều không thực sự đem đến sự nâng đỡ mà tôi cần – tôi rời quán và bước vội về trường.

Có gì đó cực kỳ khác thường đã xảy đến với tôi mười lăm phút sau đó. Một sự việc mà tôi ý thức được là có mọi dấu hiệu đáng ngại của một thứ giả tạo, nhưng vẫn cứ rất là thực. Tôi sắp sửa nhắc đến một trải nghiệm khác thường, một trải nghiệm tôi thấy thật siêu việt, và nếu có thể thì tôi không muốn xem nó chỉ là một trường hợp, hoặc thậm chí một trường hợp suýt soát, của môn thần bí chính tông. (Tôi cảm thấy làm ngược lại sẽ tương đương với việc ám chỉ hoặc phát biểu rằng sự khác biệt trong những khải *tượng* giữa thánh Francis và một người-hôn-kẻ-hủi Chủ nhật tầm thường, bồn chồn, *chỉ* là sự khác biệt về mức độ.)

Lúc chạng vạng chín giờ, khi tôi đi tới tòa nhà của trường từ bên kia phố, có một ánh sáng phát ra từ cửa hiệu dụng cụ chỉnh hình. Tôi giật mình nhìn thấy một người sống bên trong cửa hàng, một cô gái vạm vỡ chừng ba mươi tuổi, vận chiếc váy the màu lục, vàng và tím. Cô đang thay cái đai trên người nộm gỗ. Khi tôi tiến tới gần cửa sổ, có thể thấy là cô vừa mới tháo đai thoát vị ra; cô kẹp nó dưới tay trái ("mặt nghiêng" phải của cô hướng về phía tôi), và cô đang thắt dây cho cái đai mới trên người nộm. Tôi đứng đó nhìn cô, bị mê hoặc, cho đến khi đột ngột cô cảm nhận, rồi thấy, rằng mình đang bị quan sát. Tôi mau mắn mỉm cười – để tỏ cho cô thấy rằng đây là một nhân vật không thù địch mặc bộ com lê đi tiệc tối trong ánh chạng vạng ở bên kia cửa kính – nhưng vô ích. Sự bối rối của cô gái thật là không cách nào tả nổi. Cô đỏ mặt, cô đánh rơi cái đai thoát vị kẹp nách, cô bước lùi lại trên một chồng chậu rửa vết thương – và cô trượt chân. Tôi tức thì với tay định đỡ, mấy đầu ngón tay đập vào cửa kính. Cô ngã dập mông giống hệt mấy người trượt băng. Cô tức thì đứng dậy, không nhìn tôi. Mặt cô vẫn đỏ bừng bừng, cô vén tóc ra sau bằng một tay, rồi tiếp tục cài dây đai cho người nộm. Chính lúc đó trải nghiệm ấy đến với tôi. Đột nhiên (tôi tin rằng mình nói điều này một cách hoàn toàn có ý thức), mặt trời lên và lao tới sống mũi tôi với tốc độ chín mươi ba triệu dặm một giây. Lóa mắt và hoảng cực độ – tôi phải đặt tay lên kính để giữ thăng bằng. Điều đó kéo dài không quá vài giây. Khi tôi lấy lại thị lực, cô gái đã biến mất khỏi cửa sổ, để lại đằng sau một vệt lung linh những bông hoa men thanh tú, đầy ơn phúc.

Tôi lùi lại khỏi cửa sổ, đi vòng quanh khu nhà hai lần, cho đến khi đầu gối tôi thôi run lẩy bẩy. Rồi, không dám nhìn thêm lần nữa vào cửa hiệu, tôi đi lên phòng mình, nằm xuống giường. Vài phút, hoặc vài giờ sau, tôi viết bằng tiếng Pháp mấy dòng ngắn ngủi sau vào nhật ký: "Tôi để cho dì Irma được tự do theo đuổi số phận mình. Ai ai cũng là nữ tu." (*Tout le monde est une nonne.*)

Trước khi lên giường đi ngủ, tôi viết thư cho bốn học sinh vừa bị đuổi của tôi, để phục hồi vị trí của họ. Tôi bảo đã có sai sót từ bộ phận quản lý. Thực ra mấy lá thư dường như tự động viết ra. Chắc có liên quan đến chuyện trước khi ngồi viết, tôi đã vác một cái ghế từ dưới nhà lên.

Nhắc đến thì thật là cụt hứng quá thể, nhưng Les Amis Des Vieux Maîtres đóng cửa chưa đến một tuần sau đó vì không có môn bài đúng luật (thực tế là chả có đăng ký gì sất). Tôi gói ghém đồ đạc và tới gặp ông bố dượng Bobby của tôi ở đảo Rhode, nơi tôi dành sáu hay tám tuần gì đó, cho đến khi trường mỹ thuật mở cửa lại, để nghiên cứu một giống thú vị nhất trong tất cả những động vật hoạt động vào mùa hè, tức là Gái Mẽo Mặc Quần Đùi.

Dù đúng dù sai, tôi cũng không bao giờ liên lạc với dì Irma.

Cơ mà thỉnh thoảng tôi vẫn nghe tin về Bambi Kramer. Lần cuối cùng tôi nghe được là cô rẽ sang thiết kế thiệp Giáng sinh. Nếu cô vẫn chưa nhạt tài thì mấy cái thiệp đấy cũng đáng xem đấy.

Teddy

"Thằng kia, tao sẽ cho *mày* biết thế nào là lễ độ, nếu mày không nhấc đít ngay khỏi cái túi đấy. Tao không đùa đâu," McArdle nói. Ông nói vọng ra từ một trong hai cái giường đơn – cái giường nằm bên trong cách xa ô cửa sổ thân tàu. Đầy hằn học, cùng với một tiếng giống với rên rỉ hơn là thở dài, ông lấy chân đá cái chăn đắp để chìa hai mắt cá chân ra, như thể bất cứ cái gì phủ lên cũng đột nhiên trở nên không thể chịu đựng nổi đối với cơ thể cháy nắng, oặt ẹo của ông. Ông nằm ngửa, mặc mỗi cái quần ngủ, tay phải giữ điếu thuốc cháy dở. Đầu ông tựa vào tấm ván đầu giường theo một góc vừa đủ để nghỉ một cách khó chịu, gần như khổ dâm. Gối và gạt tàn của ông đều ở trên sàn, nằm giữa giường ông và giường bà McArdle. Không nhấc mình lên, ông với cánh tay phải để trần, hồng tấy, rồi búng tàn thuốc đại khái về hướng tủ đầu giường. "Tháng Mười, Chúa ơi," ông nói. "Nếu đây là thời tiết tháng Mười, thì tháng Tám còn sướng hơn." Ông lại quay đầu sang phải, về phía Teddy, muốn gây sự.

"Này," ông nói. "Mày nghĩ tao nói cho chó nó nghe à? *Xuống* khỏi đó, mau."

Teddy đang đứng bên trên một cái túi da bò Gladstone trông rất mới, một chỗ rất tốt để nhìn ra ngoài cửa sổ tàu để mở của bố mẹ nó. Nó đi một đôi giày cao đến mắt cá, màu trắng, bẩn thỉu kinh, lại không đi tất, bên trên thì có cái quần soóc vải sọc vừa quá dài với nó vừa rộng hơn phải ít nhất một cỡ chỗ đít quần, trên nữa là một cái áo phông bị giặt quá nhiều lần với một cái lỗ to cỡ đồng xu ở vai phải, và nó đeo một dây lưng da cá sấu đen đẹp một cách lạc quẻ. Nó cần cắt tóc – đặc biệt là ở chỗ gáy – cực kỳ cần, cần theo kiểu một thằng bé con có cái đầu to gần bằng người lớn và một cái cổ sậy cần vậy.

"Teddy, mày không nghe tao nói à?"

Teddy không rướn người ra ngoài cửa sổ tàu quá xa hay quá chênh vênh như mấy thằng bé vẫn hay rướn người qua cửa sổ tàu mở – thực tế cả hai chân của nó đều đặt bằng trên mặt cái túi Gladstone – nhưng nó đứng cũng chẳng quá chắc chắn; mặt nó gần như thò hẳn ra bên ngoài cabin. Dẫu vậy, nó vẫn trong tầm nghe được giọng bố nó – nhất lại là giọng bố nó. Ông McArdle là người dẫn của không dưới ba chương trình phát thanh ban ngày khi ông ở New York, và ông có cái mà ta có thể gọi là giọng nói của một người dẫn chương trình hạng ba: nó sâu và vang theo một lối ái kỷ, luôn sẵn sàng bất ngờ áp chế bất cứ ai ở trong cùng căn phòng, ngay cả một thằng nhóc cũng không tha. Khi giọng nói ấy không phải thực hiện những công việc chuyên môn của mình, thì đã thành lệ, nó sẽ chuyển sang say đắm với thứ âm lượng chót vót và một lối điềm tĩnh-bình thản rất là kịch. Ngay lúc này, âm lượng được đẩy lên cao vút.

"*Teddy*. Mẹ kiếp, mày có nghe tao nói không?"

Teddy quay nửa người trên lại, chẳng hề thay đổi tư thế thận trọng của đôi bàn chân trên cái túi Gladstone, rồi ném cho bố nó một cái nhìn dò hỏi, hoàn toàn và thuần túy. Mắt nó màu nâu nhạt, không hề to, hơi hiếng – mắt trái bị rõ hơn mắt phải. Chúng không hiếng đến mức thành tật, thậm chí nhìn sơ qua chưa chắc đã nhận ra. Chúng chỉ hiêng hiếng vừa đủ để người ta để ý thấy, và cũng chỉ trong hoàn cảnh người ta hẳn đã nghĩ rất lâu và lung trước khi ước đôi mắt ấy trở nên ngay ngắn hơn, hoặc sâu hơn, hoặc nâu hơn, hoặc rộng hơn. Như vậy, gương mặt nó mang sức mạnh, bất kể quanh co và đến muộn, của cái đẹp đích thực.

"Tao muốn mày xuống khỏi cái túi đấy ngay. Muốn tao phải nhắc lại bao nhiêu lần nữa hả?" ông McArdle nói.

"Con cứ đứng nguyên tại chỗ đi, con yêu," bà McArdle nói, rõ ràng là bà có chút vấn đề ở xoang mũi sáng sớm nay. Mắt bà vẫn mở, nhưng chỉ hơi hé. "Không cần phải nhúc nhích tí ti nào hết." Bà đang nằm nghiêng sang bên phải, mặt bà trên gối thì xoay sang trái về phía Teddy và ô cửa sổ, lưng bà xây về phía ông chồng. Lớp chăn dưới của bà được kéo lên che kín cơ thể chắc là đang trần truồng, bọc kín tay chân mình mẩy, lên tận cằm. "Nhảy lên nhảy xuống đi con," bà nói, rồi nhắm mắt. "Cho hỏng túi của bố luôn."

"Thật là một câu tuyệt vời hết sảy," ông McArdle nói một cách điềm tĩnh-bình thản với cái gáy của bà vợ. "Anh mất hai mươi hai bảng cho một cái túi, và anh đang rất lịch sự bảo thằng nhóc đừng có đứng lên đó, còn em thì bảo nó nhảy lên nhảy xuống. Thế tức là sao? Buồn cười lắm à?"

"Nếu cái túi đó không đỡ được một thằng bé mười tuổi thiếu gần sáu cân so với chuẩn, thì em cũng chẳng cần nó làm gì," bà McArdle nói, chẳng buồn mở mắt.

"Em biết anh muốn làm gì không?" ông McArdle nói. "Anh chỉ muốn sút vỡ cái đầu chết tiệt của em ra thôi."

"Thế sao không làm đi?"

Ông McArdle thình lình chống một khuỷu tay ngồi dậy và dúi tắt điếu thuốc của ông lên mặt kính của kệ đầu giường. "Một ngày nào đó..." ông bắt đầu nói, giọng gầm gừ.

"Một ngày nào đó, anh sẽ trúng một cơn đau tim rất, rất chi thê lương," bà McArdle nói, không chút gắng sức. Không buồn thò tay ra ngoài, bà kéo sát hơn tấm phủ trên ở xung quanh và bên dưới thân mình. "Sẽ có một đám tang nhỏ, trang nhã, mọi người sẽ hỏi cái người phụ nữ hấp dẫn mặc váy đỏ kia là ai, sao lại ngồi ở hàng đầu, đong đưa với tay đánh đàn ống và đang..."

"Em hài hước chết mẹ, đến độ đếch thấy hài hước đâu nữa," ông McArdle nói, rồi lại ì ạch nằm xuống.

Suốt cuộc trao đổi nho nhỏ ấy, Teddy đã quay mặt đi, tiếp tục nhìn ra ngoài ô cửa sổ tàu. "Chúng ta đã đi qua tàu Queen Mary lúc ba giờ ba mươi hai phút sáng nay, đi chiều ngược lại, nếu có ai quan tâm," nó từ tốn nói. "Chắc là không." Giọng của nó có một ngữ điệu thô vừa lạ lùng và vừa đẹp, giống giọng của một vài thằng bé. Mỗi từ nó phát âm ra giống như một hòn đảo con con cổ xưa, bị vây quanh bởi một biển whisky nho nhỏ. "Cái anh phục vụ trên boong mà Booper ghét đã viết như thế trên bảng."

"Tao sẽ Queen Mary *mày*, con ạ, nếu mày không xuống khỏi cái túi đấy ngay lập tức," bố nó nói. Ông quay đầu về phía Teddy. "*Xuống* ngay khỏi đó, mau. Đi cắt tóc hoặc làm gì khác đi." Ông lại nhìn gáy bà vợ. "Lạy Chúa, trông nó già đời quá thể."

"Con có tiền đâu," Teddy nói. Nó đặt hai bàn tay lên thành cửa sổ tàu, rồi tựa cằm lên mấy đầu ngón tay. "Mẹ. Mẹ biết cái người ngồi ngay cạnh mình trong phòng ăn không? Không phải người gầy đâu. Cái người kia cơ, ở cùng bàn ấy. Ngay cạnh chỗ anh bồi đặt khay."

"Ừm," bà McArdle nói. "Teddy. Con yêu. Ngoan để mẹ ngủ thêm năm phút nữa nào."

"Đợi tí đã. Cái này hay này," Teddy nói, không hề nhướn cằm khỏi chỗ tựa, cũng không rời mắt khỏi biển. "Trước đấy một lúc chú ấy ở trong phòng thể dục, lúc Sven đang cân con ấy. Chú ấy tới bắt chuyện với con. Chú ấy đã nghe băng mới nhất của con. Không phải cái tháng Tư đâu. Cái tháng Năm cơ. Chú ấy đi dự tiệc ở Boston ngay trước khi tới châu Âu, ở bữa tiệc có ai đó biết một người trong nhóm nghiên cứu Leidekker – chú ấy không nói là ai – và họ đã mượn băng mới nhất con làm rồi bật nó ở bữa tiệc. Chú ấy có vẻ rất thích. Chú ấy là bạn của giáo sư Babcock. Rõ là chú ấy cũng là giáo viên. Chú ấy bảo mình ở trường đại học Trinity ở Dublin suốt mùa hè."

"Ô?" bà McArdle nói. "Người ta mở băng đấy ở một *bữa tiệc* ấy hả?" Bà nằm, ngái ngủ nhìn vào mặt sau đùi Teddy.

"Con nghĩ thế," Teddy nói. "Chú ấy kể với Sven một ít về con, ngay lúc con đang đứng đó. Thật là hơi ngượng."

"Sao mà phải ngượng?"

Teddy ngần ngừ. "Con nói 'hơi' ngượng mà. Con nói giảm đi rồi."

"Tao sẽ giảm *mày* luôn, nếu mày không xéo ngay khỏi cái túi đấy," ông McArdle nói. Ông vừa châm một điếu thuốc mới. "Tao sẽ đếm đến ba. *Một*, mẹ kiếp... *Hai*..."

"Mấy giờ rồi nhỉ?" bà McArdle đột nhiên hỏi bắp chân sau của Teddy. "Không phải con và Booper đi tập bơi lúc mười rưỡi à?"

"Bọn con có thời gian mà," Teddy nói. "... Viu!" Nó thình lình thò cả đầu ra khỏi cửa sổ, giữ như thế vài giây, rồi rụt đầu vào vừa đủ để thông báo, "Có người vừa đổ cả một xô rác toàn vỏ cam ra ngoài cửa sổ."

"Ra ngoài cửa sổ. Ngoài *cửa* sổ kia đấy," ông McArdle nói đầy châm biếm, vừa gẩy tàn thuốc. "Ra ngoài ô cửa tàu, con ạ, ngoài ô cửa tàu."[1] Ông liếc nhìn vợ. "Gọi Boston. Mau, liên lạc với nhóm nghiên cứu Leidekker qua điện thoại ngay."

"Ôi, anh thật là dí dỏm quá đi," bà McArdle nói. "Sao anh không làm?"

Teddy rụt gần hết đầu vào trong. "Chúng nổi trông hay lắm," nó nói mà không quay đầu lại. "Thú vị ghê."

"Teddy. Đây là lần cuối cùng. Tao sẽ đếm đến ba, rồi tao sẽ..."

"Ý con không phải là vì chúng nổi nên thú vị," Teddy nói. "Thú vị ở chỗ con biết chúng ở đó. Nếu con không nhìn thấy chúng, thì con sẽ không biết chúng ở đó, và nếu con không biết chúng ở đó, con sẽ không thể nói chúng tồn tại được. Thật là một ví dụ hoàn hảo cho cách..."

---

1. Teddy gọi là "window" (cửa sổ) nhưng đúng ra phải là "porthole" (ô cửa nhỏ trên thân tàu thủy).

"Teddy," bà McArdle ngắt lời, mà nhìn chẳng thấy cựa quậy gì bên dưới tấm chăn. "Đi tìm Booper cho mẹ. Nó đâu rồi nhỉ? Mẹ không muốn nó lại lang thang giữa trời nắng nôi thế này với tình trạng cháy nắng của nó."

"Nó che chắn cẩn thận rồi mà. Con đã bắt nó mặc quần trúc bâu rồi," Teddy nói. "Có vài cái bắt đầu chìm rồi này. Chỉ ít phút nữa thôi chúng sẽ chỉ còn nổi lềnh bềnh trong tâm trí con thôi. Thật thú vị, bởi nếu mình nhìn nhận theo một cách nhất định, thì tâm trí chính là nơi chúng bắt đầu nổi trước tiên. Nếu con không bao giờ đứng ở đây, hoặc nếu có ai đó đi ngang qua và kiểu, chặt đầu con ngay lúc con đang..."

"Giờ nó ở đâu?" bà McArdle hỏi. "Nhìn mẹ đã nào, Teddy."

Teddy quay lại nhìn mẹ nó. "Gì ạ?" nó nói.

"Booper đâu rồi? Mẹ không muốn nó lại đi thơ thẩn khắp boong làm phiền mọi người. Nếu cái gã đó..."

"Nó không sao đâu mẹ. Con đưa nó cái máy ảnh rồi."

Ông McArdle chống một tay nhỏm dậy. "Mày đưa cho nó cái máy *ảnh* à!" ông nói. "Mày nghĩ cái gì thế hả? Cái máy Leica của tao! Tao sẽ không để một đứa con nít sáu tuổi lang thang khắp nơi..."

"Con đã chỉ nó cách cầm rồi, nó không làm rơi được đâu," Teddy nói. "Mà tất nhiên là con cũng lấy phim ra rồi."

"Tao muốn cái máy ảnh đó, Teddy. Mày nghe tao nói không? Tao muốn mày xuống khỏi cái túi đấy ngay, và tao muốn cái máy ảnh quay lại phòng này trong *năm phút* – hoặc sẽ có thêm một thằng thiên tài nữa biến mất khỏi mặt đất này đấy. Nghe rõ chưa?"

Teddy xoay bàn chân trên cái túi Gladstone và bước xuống. Nó cúi người, buộc lại dây giày trái trong khi bố nó, vẫn nhươn một bên mày, thì theo dõi nó như một cái máy đo.

"Bảo Booper mẹ muốn nó về đây," bà McArdle nói. "Và hôn mẹ một cái."

Buộc xong dây giày, Teddy hôn một cái chiếu lệ lên má mẹ. Bà rút tay trái mình ra khỏi chăn, như thể định gập lại để ôm lấy eo Teddy, nhưng đến khi bà rút được tay ra thì Teddy đã đi rồi. Nó vòng qua bên kia và đi vào khoảng trống giữa hai cái giường. Nó cúi xuống, rồi đứng lên, tay trái kẹp gối của bố, tay phải cầm cái gạt tàn thủy tinh nằm trên kệ đầu giường. Chuyển cái gạt tàn sang tay trái, nó đi tới chỗ kệ đầu giường rồi lấy cạnh tay phải gạt hết đầu lọc và tàn thuốc của bố nó vào gạt tàn. Rồi, trước khi đặt cái gạt tàn trở về chỗ, thằng bé dùng mặt dưới cẳng tay chùi sạch lớp tàn thuốc mỏng sót lại trên mặt kính cái bàn. Nó chùi cẳng tay vào cái quần vải sọc. Rồi nó đặt gạt tàn lên mặt kính, một cách hết sức cẩn thận, như thể tin rằng cái gạt tàn cần phải được đặt đúng điểm chính tâm của mặt kệ, nếu không được thì đừng làm. Lúc ấy, bố nó, vẫn quan sát nó, đột ngột ngừng nhìn thằng bé. "Bố không muốn lấy lại gối à?" Teddy hỏi ông.

"Tao muốn lấy lại cái máy ảnh."

"Nằm ở tư thế đấy thì thoải mái làm sao được. Không thể được ấy," Teddy nói. "Con để nó ngay đây nhé." Nó đặt cái gối ở chân giường, gần chân bố nó. Rồi nó đi ra khỏi cabin.

"Teddy," mẹ nó nói, không quay lại. "Bảo Booper về gặp mẹ rồi mới đi học bơi nhé."

"Sao em không để bọn trẻ yên nhỉ?" ông McArdle hỏi. "Hình như em bực bội với con chỉ vì nó được tự do vài phút. Em biết em đối xử với nó thế nào không? Để anh nói cho em biết em đối xử với nó thế nào nhé. Em coi nó như một đứa tội phạm chết giẫm vậy."

"Chết giẫm à! Ôi, thật là dễ thương! Anh đang trở nên rất là Anh đấy, chồng ạ."

Teddy lừng chừng ở cửa một chốc, trầm ngâm thử nghiệm cái tay nắm cửa, chầm chậm xoay nó sang trái rồi sang phải. "Sau khi con ra khỏi cái cửa này, có thể con chỉ còn tồn tại trong tâm trí những người quen biết," nó nói. "Chẳng khác con là một cái vỏ cam."

"Sao vậy con yêu?" bà McArdle từ đầu kia cabin hỏi vọng ra, vẫn nằm quay bên phải.

"Nhanh lên nào, bây. Đi lấy cái máy Leica xuống đây đi."

"Ra hôn mẹ cái nào. Một phát thật kêu nào."

"Không phải lúc này," Teddy lơ đãng nói. "Con mệt." Nó đóng lại cánh cửa sau lưng.

Tờ nhật báo của con tàu nằm ngay ngoài ngưỡng cửa. Báo chỉ gồm đúng một tờ giấy láng, được in trên mỗi một mặt. Teddy nhặt lên và bắt đầu đọc trong khi nó chầm chậm đi theo lối hành lang dài từ cuối tàu. Từ đầu đối diện, một phụ nữ tóc vàng cao lớn mặc bộ đồng phục trắng hồ cứng đang đi về phía nó, vác theo một bình những bông hồng đỏ cuống dài. Khi đi ngang qua Teddy, cô đưa tay trái sượt qua đỉnh đầu nó rồi nói, "Có người cần cắt tóc này!" Teddy ngước lên khỏi tờ báo vẻ đờ đẫn, nhưng người phụ nữ đã đi qua, còn nó cũng không ngoái lại. Nó đọc tiếp. Ở cuối hành lang, trước một bức tranh tường khổng lồ vẽ Thánh George và con rồng bên trên thềm cầu thang, nó gập tờ báo tàu làm tư rồi nhét vào túi hông quần trái. Rồi nó trèo lên những bậc cấp nông, rộng, trải thảm, để tới boong chính, cách một tầng. Nó leo hai bước một, nhưng chậm, tay bám vào lan can, kéo cả người lên, như thể chuyện trèo cầu thang với nó, cũng như với nhiều đứa trẻ khác, tự thân đã là một việc tương đối thú vị rồi. Ở sàn boong chính, nó đi thẳng tới bàn của quản lý, ở đó một cô gái xinh xắn mặc đồng phục thủy quân đang ngồi. Cô đang dập ghim mấy tờ giấy in rô nê ô lại với nhau.

"Chị ơi hôm nay trò chơi bắt đầu lúc mấy giờ nhỉ?" Teddy hỏi.

"Em bảo gì cơ?"

"Chị bảo em hôm nay trò chơi bắt đầu lúc mấy giờ với?"

Cô gái nở một nụ cười môi son. "Trò chơi nào thế em?" cô hỏi.

"Chị biết mà. Trò chơi đố chữ hôm qua và hôm kia ấy, điền từ bị thiếu ấy. Chủ yếu là phải đặt mọi thứ vào ngữ cảnh."

Cô gái dừng tay đang đưa ba tờ giấy vào khe dập ghim. "À," cô nói. "Chị nghĩ phải đến chiều muộn cơ. Chị nghĩ phải khoảng bốn giờ. Không phải cái đó hơi khó với em à?"

"Không, không hề... Cảm ơn chị," Teddy nói và dợm đi.

"Đợi đã em trai! Em tên gì?"

"Theodore McArdle," Teddy nói. "Chị tên gì?"

"Tên chị á?" cô gái nói, mỉm cười. "Chị là Ensign Mathewson."

Teddy nhìn cô ấn cái dập ghim xuống. "Em biết chị là thiếu úy rồi[1]," nó nói. "Em không chắc, nhưng em tin là khi ai đó hỏi tên thì mình phải nói tên đầy đủ. Jane Mathewson, hoặc Phyllis Mathewson, hoặc tên gì thì tên."

1. *Ensign* cũng có nghĩa là cấp bậc thiếu úy.

"Ô, *thật* hả?"

"Em nói rồi đó, em *nghĩ* thế," Teddy nói. "Cơ mà em cũng không chắc. Có thể nếu chị đang mặc đồng phục thì lại khác. Mà thôi, cảm ơn chị vì thông tin ấy. Chào chị!" Nó quay đi, tới thang lên boong dạo mát, lại hai bước một, nhưng lần này như thể nó đang vội.

Sau hồi lâu tìm kiếm, nó cũng thấy Booper ở tít trên boong giải trí. Con bé đang đứng giữa một khoảng nắng – gần như một tảng nắng – giữa hai sân tennis trên boong đang không có ai dùng. Trong tư thế ngồi xổm, mặt trời rọi lên lưng và một cơn gió nhẹ làm phe phẩy mái tóc vàng mượt, nó đang bận bịu chồng mười hai hay mười bốn cái đĩa tạ thành hai chồng chạm vào nhau, một chồng đĩa đen, một chồng đĩa đỏ. Một thằng bé rất nhỏ, mặc bộ đồ mát bằng cotton, đang đứng ngay gần, bên phải con bé, thuần túy đứng quan sát. "Cẩn thận!" Booper nói giọng ra lệnh cho anh trai nó khi Teddy lại gần. Con bé nhoài người ra trước, hai tay vòng quanh hai chồng đĩa tạ để khoe thành tựu của nó, để tách chúng ra khỏi tất cả những thứ khác có trên tàu. "*My*ron," nó nói vẻ hầm hè với thằng bé đi cùng, "cậu làm khuất bóng hết rồi, anh tớ thấy làm sao được. Lết xác ra chỗ khác đi." Nó nhắm mắt lại và đợi với vẻ nhăn nhó như đang vác thánh giá, cho đến khi Myron dịch ra chỗ khác.

Teddy đứng ở chỗ hai chồng đĩa tạ và nhìn chúng định giá. "Trông được đấy," nó nói. "Rất đối xứng."

“Bạn *này*,” Booper nói, chỉ Myron, “còn chưa từng nghe đến cờ *tào* cáo. Nhà nó còn không có bộ nào.”

Teddy nhìn thoáng đầy hờ hững về phía Myron. “Này,” nó nói với Booper. “Cái máy ảnh đâu? Bố đòi nó ngay.”

“Bạn ấy còn chả sống ở New York nữa,” Booper bảo với Teddy. “Bố bạn ấy chết rồi. Bị giết ở Triều Tiên.” Con bé quay sang Myron. “Đúng không?” nó hỏi, nhưng chẳng buồn đợi trả lời. “Giờ mà mẹ bạn ấy chết nữa là bạn ấy thành trẻ mồ côi luôn. Bạn ấy còn chẳng biết chuyện đấy cơ.” Nó lại nhìn Myron. “*Đúng* không?”

Myron khoanh tay, chẳng tỏ ý kiến gì.

“Cậu là người ngu nhất tớ từng gặp đấy,” Booper nói với nó. “Cậu là người ngu nhất cái biển này. Cậu biết cái đó không?”

“Bạn ấy không ngu,” Teddy nói. “Em không ngu, Myron.” Nó nói với em gái, “Nghe anh nói đã. Cái máy ảnh đâu rồi? Anh phải lấy lại nó ngay. Nó đâu rồi?”

“Ở đằng kia,” Booper nói, chẳng nhằm hướng nào hết. Nó gom hai chồng đĩa tạ vào gần mình hơn. “Giờ em chỉ cần hai người khổng lồ,” nó nói. “Họ có thể chơi cờ tào cáo cho đến khi cả hai đều mệt, rồi có thể trèo lên cái ống khói kia rồi ném chúng vào mọi người cho người ta chết.” Nó nhìn Myron. “Họ có thể giết được bố mẹ cậu đấy,” nó nói với vẻ hiểu biết. “Nếu như thế mà bố mẹ cậu vẫn chưa chết, thì cậu có thể làm gì nữa, có biết không? Cậu có thể tẩm độc vào kẹo xốp rồi cho họ ăn.”

Cái máy ảnh Leica nằm cách đó chừng ba mét, cạnh bao lơn trắng quây quanh boong giải trí. Nó nằm quay nghiêng trong cái rãnh thoát nước. Teddy đi tới, cầm dây nhấc nó lên, đeo nó quanh cổ. Rồi nó lập tức cởi ra. Nó cầm máy đưa cho Booper. "Booper, giúp anh một việc. Em cầm nó xuống nhé," nó nói. "Mười giờ rồi. Anh phải đi viết nhật ký."

"Em bận lắm."

"Đằng nào mẹ cũng muốn gặp em luôn," Teddy nói.

"Anh nói dối."

"Anh không nói dối. Mẹ bảo thế thật," Teddy nói. "Thế nên cầm cái này xuống đi... Thôi nào, Booper."

"Thế mẹ muốn gặp em để làm gì?" Booper hỏi. "Em không muốn gặp *mẹ*." Nó đột nhiên đánh vào tay Myron, thằng bé lúc đó đang dợm nhặt lên cái đĩa tạ trên cùng từ chồng màu đỏ. "Bỏ tay ra," nó nói.

Teddy choàng sợi dây gắn với chiếc Leica vào cổ con bé. "Anh nói nghiêm túc đấy. Đem cái này xuống cho bố ngay đi, rồi tí nữa anh sẽ gặp em ở bể bơi," nó nói. "Anh sẽ gặp em ở bể bơi lúc mười rưỡi. Hoặc ngay bên ngoài chỗ em thay quần áo. Nhớ đúng giờ. Nó nằm ở Boong E, đừng có quên, thế nên mau mau cái chân lên." Nói rồi Teddy quay người bỏ đi.

"Em ghét anh! Em ghét tất cả mọi người trên cái biển này!" Booper gọi với theo.

*

Dưới boong giải trí, ở phần hậu rộng rãi của boong tắm nắng hoàn toàn nằm ngoài trời, có hơn bảy lăm cái ghế mát, được xếp thành bảy hay tám hàng ngang, lối đi vừa đủ rộng cho tiếp viên boong sử dụng mà không phải giẫm vào những món đồ lặt vặt của hành khách đi tắm nắng – bộ dụng cụ đan len, tiểu thuyết bìa bám bụi, lọ kem chống nắng, máy ảnh. Lúc Teddy đến thì khu này đã đông đúc rồi. Nó bắt đầu ở hàng dưới cùng, rồi di chuyển rất có trật tự, từ hàng này qua hàng khác, đến ghế nào dừng lại ghế đó bất kể có người ngồi đấy không, để đọc cái thẻ tên dán trên bệ tì tay. Chỉ có một hai hành khách ngồi ghế là bắt chuyện với nó – tức là đưa ra những lời pha trò quen thuộc mà người lớn thỉnh thoảng muốn nói với một thằng bé mười tuổi đang hết sức chú tâm tìm cho ra cái ghế của nó. Vẻ trẻ con và sự chú tâm của thằng bé thì thật rõ, nhưng có lẽ cách hành xử của nó lại thiếu, hoặc có quá ít, cái kiểu nghiêm nghị dễ thương mà nhiều người lớn sẽ vui lòng nói với thái độ tôn trọng, hoặc hạ cố. Chắc quần áo của nó cũng là một phần nguyên do. Cái lỗ trên vai áo phông của nó không phải một cái lỗ dễ thương. Phần vải thừa ở đít quần vải sọc của nó, cái chiều dài quá cỡ của chính cái quần, cũng đều không phải điểm gì đó dễ thương nốt.

Bốn cái ghế gấp của gia đình McArdle, được lót nệm sẵn sàng, tọa lạc ở giữa hàng thứ hai từ trên xuống. Teddy ngồi xuống một chiếc sao cho – bất kể đấy có phải ý định của nó không – sẽ không ai ngồi sát sạt hai bên mình. Nó duỗi cái chân trần không bắt nắng của mình, bàn chân chụm lại, để lên giá gác chân và, gần như đồng thời, lấy ra một cuốn sổ nhỏ mười xu từ túi hông bên phải. Rồi, với một sự tập trung nhất nhất ngay tức thì, như thể chỉ có nó và quyển sổ ghi là tồn tại – không còn ánh nắng, hành khách khác, hay con tàu – nó bắt đầu giở trang.

Ngoại trừ lẻ tẻ vài ghi chú bằng bút chì, các mục trong cuốn sổ tay rõ là đều được viết bằng bút bi. Lối viết tay trong sổ là lối viết đang được dạy trong các trường ở Mỹ, thay vì lối viết Palmer kiểu cũ. Nom dễ đọc, mà không hề uốn éo. Sự trôi chảy là điểm rất đáng chú ý ở thứ chữ viết tay kia. Nhìn thì không thể nào nghĩ, theo bất cứ nghĩa nào – bất cứ nghĩa kỹ thuật nào – rằng câu từ trong kia lại được viết bởi một đứa trẻ.

Teddy dành đáng kể thời gian đọc cho phần có lẽ là mục gần đây nhất của nó. Phần này chiếm hơn ba trang một chút:

Nhật ký ngày 27 tháng Mười năm 1952
Tài sản của Theodore McArdle
412 Boong A

Sẽ thưởng công hợp lý hợp tình nếu người nhặt được nhanh chóng trả lại cho Theodore McArdle.

Để xem mày có thể tìm được mấy cái thẻ lính của bố và đeo chúng bất cứ khi nào có thể không. Cũng chẳng chết được, bố lại thích ấy.

Trả lời thư của giáo sư Mandell khi có dịp và đủ kiên nhẫn nữa. Bảo ông ấy đừng gửi mình thêm sách thơ nữa. Dù sao mình cũng đọc đủ cho một năm rồi. Dù sao mình cũng phát ớn nó. Một người đang đi trên bờ biển thì không may bị dừa rơi trúng đầu. Đầu anh ta không may vỡ ra làm hai nửa. Rồi vợ anh ta đi dọc bãi biển hát một bài hát rồi thấy hai nửa cái đầu, nhận ra chúng, nhặt chúng lên. Cô ta tất nhiên buồn lắm, khóc lóc thảm thiết. Đấy chính là chỗ thơ khiến mình mệt mỏi. Giả như cô ta chỉ nhặt hai nửa lên rồi giận dữ quát với chúng "Dừng lại!" Tuy nhiên lúc trả lời thư thì đừng có nhắc đến cái này. Dễ cãi nhau lắm, mà vợ giáo sư lại là nhà thơ nữa.

Lấy được địa chỉ của Sven ở Elizabeth, New Jersey. Gặp vợ chú ấy chắc thú, cả con chó Lindy của chú nữa. Tuy vậy mình chẳng muốn nuôi chó tí nào.

Viết thư chia buồn cho đốc tờ Wokawara về bệnh viêm thận của ông ấy. Lấy địa chỉ mới của ông từ chỗ mẹ.

Thử ngồi thiền định trên boong giải trí sáng ngày mai trước bữa sáng nhưng không để mất ý thức. Cũng không mất ý thức trong phòng ăn nếu tay bồi bàn lại đánh rơi cái thìa lớn. Bố giận kinh.

Từ ngữ và diễn đạt cần tra cứu trong thư viện ngày mai khi trả sách:

viêm thận

vô số

ngựa tặng

xảo quyệt

tam đầu chế

Nhã nhặn hơn với thủ thư. Bàn luận mấy thứ chung chung khi anh ta lên cơn đỏng đảnh.

Teddy đột ngột lấy ra một chiếc bút bi nhỏ hình viên đạn từ túi hông quần soóc, mở nắp, rồi bắt đầu viết. Nó dùng đùi phải làm bàn, không dùng bệ tì tay.

Nhật ký ngày 28 tháng Mười năm 1952

Cùng địa chỉ và phần thưởng như đã viết vào ngày 26 và 27 tháng Mười năm 1952.

Mình viết thư cho những người dưới đây, sau buổi thiền định sáng nay.

Đốc tờ Wokawara

Giáo sư Mandell

Giáo sư Peet
Burgess Hake con
Roberta Hake
Sanford Hake
Bà nội Hake
Ông Graham
Giáo sư Walton

Mình đã có thể hỏi mẹ nơi cất mấy cái thẻ lính của bố, nhưng chắc mẹ sẽ bảo mình không phải đeo nó đâu. Mình biết bố mang thẻ theo, vì mình thấy bố cho vào hành lý.

Mình nghĩ đời là một con ngựa tặng[1].

Mình nghĩ giáo sư Walton thật là khiếm nhã khi phê bình bố mẹ mình. Ông ấy muốn mọi người phải theo cùng một kiểu.

Nó sẽ xảy ra hoặc hôm nay hoặc ngày 14 tháng Hai, 1958 khi mình mười sáu tuổi. Tức cười quá chẳng đáng nhắc đến.

Sau khi viết hết mục ấy, Teddy tiếp tục chú tâm vào trang giấy, cái bút bi lơ lửng, như thể vẫn còn thứ để viết.

---

1. "Gift horse", lấy trong câu thành ngữ *Don't look a gift horse in the mouth*, dịch ra là *Đừng coi miệng con ngựa được tặng*, ý nói đừng săm soi chi li những món quà mình nhận được.

Nó rõ ràng không biết là có một người đang đơn độc quan sát mình. Cách chừng bốn mét rưỡi về phía đầu tàu, từ hàng ghế gấp đầu tiên, và cách khoảng sáu mét nắng chói mắt trên đầu, một thanh niên đang điềm tĩnh nhìn nó từ chỗ lan can boong giải trí. Anh ta đã như thế được chừng mười phút. Rõ ràng là thanh niên này giờ đã quyết định làm gì đó, bởi anh ta thình lình hạ cái chân đang gác trên lan can xuống. Anh ta đứng một lúc, vẫn nhìn về phía Teddy, rồi bỏ đi, khuất tầm mắt. Dẫu vậy, chưa đến một phút sau anh ta đã xuất hiện, thẳng đứng thật chướng mắt, giữa những dãy ghế gấp. Anh ta chừng ba mươi hoặc trẻ hơn. Anh ta bắt đầu đi thẳng theo lối giữa về phía ghế của Teddy, hắt những cái bóng nhỏ gây sao nhãng lên những trang tiểu thuyết của mọi người và tùy tiện giẫm lên (bởi anh ta là người duy nhất đang đứng và đi lại trong tầm mắt) những bộ đồ đan len cùng các thứ tài sản cá nhân khác.

Teddy dường như không biết có người đang đứng ở chân ghế nó – hay đang hắt bóng lên cuốn sổ tay của nó. Tuy vậy, một vài người ở ngay sau hoặc cách nó một hàng thì lại dễ bị phân tâm hơn. Họ ngước lên nhìn anh thanh niên, bởi có lẽ chỉ người nằm ghế gấp thì mới có thể ngước nhìn người khác. Người thanh niên dẫu vậy lại có một vẻ duyên dáng, trông như thể nó sẽ cứ thế mãi, với một điều kiện nho nhỏ là anh ta phải đút ít nhất một tay vào túi quần. “Chào đằng ấy!” anh nói với Teddy.

Teddy ngước lên. "Chào anh," nó nói. Nó vừa như gấp hờ quyển sổ, vừa như để sổ tự đóng lại.

"Anh ngồi xuống đây một lúc có sao không?" anh thanh niên hỏi, tỏ một vẻ thân mật vô tận. "Ghế này vô chủ nhỉ?"

"À, bốn ghế này là của gia đình em," Teddy nói. "Nhưng bố mẹ em chưa dậy."

"Chưa *dậy*? Vào một ngày như thế này à," anh thanh niên nói. Anh đã kịp hạ mình xuống cái ghế bên phải Teddy. Những cái ghế đặt sát sạt đến độ tay họ chạm nhau. "Thế là báng bổ đấy," anh nói. "Tuyệt đối báng bổ." Anh duỗi chân, phần đùi có vẻ nặng bất thường, như thể mỗi đùi nặng bằng cả một người. Anh có vẻ ngoài gần như giống người của trung đoàn bờ biển phía Đông: trên tóc ngắn cạo hai mai, dưới đi giày brogue đã tã, ở giữa là một thứ đồng phục ô hợp – tất len màu vàng sẫm, quần màu xám than, một cái áo sơ mi mở cúc, không cà vạt, và một cái áo vét họa tiết xương cá trông như thể nó đích thực từng trải qua một vài buổi xê mi na nghiên cứu sinh tiếng tăm ở Yale, hoặc Harvard, hoặc Princeton. "Ôi Chúa ơi, một ngày tuyệt trần," anh nói đầy trân trọng, nheo mắt nhìn mặt trời. "Cứ động đến thời tiết là anh đành chịu trận." Anh vắt tréo đôi chân nặng nề ở mắt cá chân. "Thực tế thì, anh có tiếng là coi một ngày mưa hoàn toàn bình thường như một sự sỉ nhục cá nhân. Thế nên hôm nay đích thật là một cái lộc thánh với anh." Mặc dù giọng nói của anh có vẻ lịch sự lắm, khi hiểu theo nghĩa thông dụng, nhưng nó lại chứa đựng vẻ gượng hơi thái quá, như thể anh tự hiểu với mình rằng bất cứ cái gì anh nói theo cách ấy nghe sẽ rất ổn – thông minh, hiểu biết, lại còn thú vị hay kích thích nữa – cả từ điểm nhìn của Teddy lẫn của những người ở hàng ghế sau, nếu họ lắng tai nghe. Anh nhìn xéo xuống Teddy, và mỉm cười. “Em với thời tiết thì thế nào?” anh hỏi. Nụ cười của anh không hẳn là kém hấp dẫn, nhưng nó xã giao, hoặc mang tính gợi chuyện, và quy chiếu, dù gián tiếp đến mức nào chăng nữa, tới cái tôi của chính anh. “Thời tiết có bao giờ khiến em phiền đến mất cả bình tĩnh không?” anh hỏi, mỉm cười.

“Em không nghĩ nó xúc phạm em, nếu ý anh là vậy,” Teddy nói.

Người trẻ tuổi cười, ngả đầu ra sau. “Tuyệt vời,” anh nói. “Nhân tiện, tên anh là Bob Nicholson. Anh không biết anh đã nói tên anh với em trong phòng tập chưa. Tất nhiên anh biết tên *em*.”

Teddy chuyển trọng tâm sang một bên hông và nhét cuốn sổ tay vào túi hông quần.

“Anh nhìn em viết – từ trên kia kìa,” Nicholson vừa kể vừa trỏ. “Chúa ơi. Em làm việc quần quật như dân Troy vậy.”

Teddy nhìn anh. “Em đang viết mấy thứ vào sổ.”

Nicholson gật đầu, mỉm cười. “Châu Âu thế nào?” anh hỏi gợi chuyện. “Em có thích nó không?”

"Vâng, rất thích, cảm ơn anh."

"Em đã đi những đâu rồi?"

Teddy đột ngột rướn người về trước rồi gãi bắp chân. "Ờ, nếu mà kê hết tất cả các nơi ra thì mất nhiều thời gian lắm, vì nhà em dùng xe hơi và đi khá là xa." Nó ngả ra lại. "Dẫu vậy mẹ và em chủ yếu ở Edinburgh, Scotland và Oxford, England. Em nghĩ em đã nói với anh trong phòng tập là em sẽ được phỏng vấn ở cả hai nơi ấy. Chủ yếu là đại học Edinburgh."

"Không, anh nghĩ em chưa kể đâu," Nicholson nói. "Anh đã tự hỏi có phải em làm mấy việc ấy không. Thế tình hình thế nào? Họ hành em không?"

"Sao cơ?" Teddy nói.

"Mọi chuyện thế nào ấy? Có thú vị không?"

"Lúc có, lúc không," Teddy nói. "Nhà em ở lại hơi quá lâu. Mẹ em muốn quay về New York sớm hơn một chút so với tàu này. Nhưng nhiều người từ Stockholm, Thụy Điển và Innsbruck, Áo lặn lội tới gặp em, nên cả nhà phải đợi."

"Lúc nào mà chẳng thế."

Teddy nhìn anh trực diện lần đầu tiên. "Anh là nhà thơ à?" nó hỏi.

"Một nhà thơ?" Nicholson nói. "Chúa ơi, không. Lạy trời, không. Sao em hỏi vậy?"

"Em không biết. Mấy nhà thơ lúc nào cũng nhạy cảm với thời tiết lắm. Họ luôn nhét cảm xúc của họ vào những thứ chẳng có cảm xúc gì hết."

Nicholson mỉm cười, cho tay vào túi áo vét và lấy ra thuốc lá với diêm. "Anh thích nghĩ đấy là cá tính đặc trưng của họ," anh nói. "Chẳng phải cảm xúc là thứ mà các nhà thơ quan tâm trước nhất sao?"

Teddy rõ là không nghe thấy, hoặc đang không chú tâm. Nó đang lơ đãng nhìn về phía – hoặc là đang xem xét – đôi cột ống khói ở trên boong giải trí.

Nicholson châm điếu thuốc, có chút khó khăn, bởi có một cơn gió nhẹ thổi từ hướng bắc. Anh ngả người và nói, "Anh hiểu là em đã để lại một đám người bối rối..."

"'Tiếng ve kêu râm ran, nhưng nào ai đó biết, kia sự sống sắp tàn,'" Teddy đột ngột nói. "'Dọc con đường vắng vẻ, khách vắng chẳng một ai, đêm trước thu.'"

"Cái gì đấy?" Nicholson hỏi, mỉm cười. "Đọc lại xem nào."

"Đấy là hai bài thơ Nhật. Chúng không đẫm đìa mấy thứ cảm xúc," Teddy nói. Nó chợt chồm tới trước, nghiêng đầu sang phải, rồi lấy tay vỗ nhẹ vào tai phải. "Em vẫn còn nước trong tai từ lúc tập bơi hôm qua," nó nói. Nó vỗ tai hai cái nữa, rồi ngồi thẳng dậy, đặt hai tay lên bệ tì. Tất nhiên, đấy là một cái ghế gấp bình thường cho người lớn, và thằng bé trông nhỏ thó trong cái ghế đấy, nhưng đồng thời nó lại có vẻ hoàn toàn thư thái, thậm chí là thanh thản.

"Anh hiểu là em đã để lại một đám thông thái rởm đang hết sức bối rối ở Boston," Nicholson nói, nhìn nó.

"Sau cái buổi cuối cùng ấy. Toàn bộ nhóm nghiên cứu Leidekker, ít nhiều là thế, theo anh hiểu. Anh tin anh đã kể em là anh đã trò chuyện khá lâu với Al Babcock vào tháng Sáu rồi. Thực ra là cùng cái đêm anh nghe cuộn băng của em luôn."

"Vâng, đúng thế. Anh có kể."

"Anh hiểu là đám bọn họ rất bối rối," Nicholson tiếp. "Theo như lời Al kể, em đã có một cuộc tranh cãi nho nhỏ đầy căng thẳng vào tối muộn hôm ấy – anh tin là cùng cái đêm em làm cuộn băng đó." Anh rít một hơi trên điếu thuốc. "Theo như anh hiểu thì em đã đưa ra vài dự báo khiến bọn họ hoang mang hết sức. Đúng vậy không?"

"Em ước chi mình biết tại sao mọi người xem chuyện dễ xúc động lại quan trọng đến vậy," Teddy nói. "Mẹ và bố em không xem một người là người trừ phi anh ta nghĩ nhiều thứ rất buồn hoặc rất khó chịu hoặc rất... rất không *đúng*, kiểu thế. Bố em rất dễ xúc động ngay cả khi ông ấy đọc báo. Ông ấy nghĩ em không phải là người."

Nicholson búng tàn thuốc lá sang một bên. "Tức là em không có cảm xúc?" anh hỏi.

Teddy ngẫm nghĩ trước khi trả lời. "Nếu em có, thì em cũng chẳng nhớ đã bao giờ dùng chúng chưa," nó nói. "Em không hiểu chúng thì có *lợi* gì."

"Em yêu Chúa không?" Nicholson hỏi, với một giọng khẽ khàng hơi quá. "Không phải đấy là điểm mạnh của em à? Từ những gì anh nghe trên băng và từ lời của Al Babcock..."

"Vâng, chắc chắn là em yêu Ngài. Nhưng em không yêu Ngài theo lối đa cảm. Ngài chưa bao giờ bảo ai phải yêu Ngài theo lối đa cảm," Teddy nói. "Nếu *em* là Chúa, chắc chắn em sẽ không muốn mọi người yêu em kiểu đa cảm như vậy. Quá kém tin cậy."

"Em yêu bố mẹ mình chứ, đúng không?"

"Vâng, em có – rất nhiều," Teddy nói, "nhưng anh muốn bắt em dùng từ đó theo cái nghĩa mà anh muốn... em nhận ra được đấy."

"Được rồi. Thế thì *em* muốn dùng từ đó theo nghĩa nào?"

Teddy nghĩ khá lung. "Anh biết từ 'ưu ái' nghĩa là gì không?" nó hỏi, ngoảnh sang Nicholson.

"Anh biết sơ sơ," Nicholson nói cộc.

"Em có lòng ưu ái rất mạnh với họ. Ý em là, họ là bố mẹ em, chúng em đều tạo thành một phần sự hài hòa và mọi thứ ở nhau," Teddy nói. "Em muốn họ được dễ chịu khi họ còn sống, bởi họ thích được dễ chịu... Nhưng họ lại không yêu em và Booper – đấy là em gái em – theo cách ấy. Ý em là họ dường như không thể yêu bọn em đúng như bản chất của bọn em. Họ dường như không thể yêu bọn em trừ phi họ có thể thay đổi bọn em đôi chút. Họ yêu những lý do để yêu bọn em của họ cũng gần bằng họ yêu bọn em, hầu hết thời gian còn nhiều hơn nữa kìa.

Như thế thì không tốt." Nó lại ngoảnh về phía Nicholson, ngồi hơi nhướn tới trước. "Anh có đồng hồ không?" nó hỏi. "Em có bài học bơi lúc mười rưỡi."

"Em còn thời gian đấy," Nicholson nói mà không nhìn đồng hồ. Anh vén cổ tay áo lên. "Mới mười giờ mười thôi," anh nói.

"Cảm ơn anh," Teddy nói, rồi ngồi ngả ra lại. "Chúng mình có thể trò chuyện với nhau thêm mười phút nữa."

Nicholson thả một chân xuống khỏi một bên cái ghế gấp, ngả người về trước, giẫm lên đầu mẩu thuốc của anh. "Như anh hiểu thì," anh nói, lại ngả ra sau, "em hết sức tin vào thuyết luân hồi trong kinh Vệ Đà."

"Đấy không phải là một thuyết, nó là một phần..."

"Được rồi," Nicholson nói nhanh. Anh mỉm cười, nhẹ nhàng nâng hai lòng bàn tay lên, theo một kiểu cầu nguyện khá mỉa mai. "Hiện tại chúng ta sẽ không tranh luận điểm đó. Để anh nói nốt đã." Anh lại bắt tréo đôi chân duỗi nặng trịch của mình. "Theo như anh thấy thì qua thiền định em đã lĩnh hội được một thông tin khiến em phần nào tin rằng ở lần luân hồi vừa rồi của mình, em là một thánh nhân ở Ấn Độ, nhưng ít nhiều đã bị tước mất Ân sủng..."

"Em không phải một thánh nhân," Teddy nói. "Em chỉ là một người đã có bước tiến lớn về tâm linh."

"Được rồi, thế nào cũng được," Nicholson nói. "Nhưng vấn đề là em cảm thấy trong lần luân hồi trước, em ít nhiều đã bị tước mất Ân sủng trước khi nhận được Đốn ngộ tối hậu. Đúng không nhỉ, hay là anh..."

"Đúng rồi," Teddy nói. "Em gặp một bà, thế là em ngừng thiền định luôn." Nó hạ tay khỏi bệ tì, rồi nhét hai bàn tay xuống dưới đùi như để giữ ấm chúng. "*Dầu sao* chăng nữa em cũng sẽ phải chọn một cơ thể khác và quay lại trần gian thôi – ý em là em đã không tiến xa về tâm linh đến độ, nếu như em không gặp người phụ nữ ấy, em có thể chết rồi đi thẳng tới chỗ Brahma[1] và không bao giờ phải quay lại trần gian nữa. Nhưng nếu em không gặp người phụ nữ đó thì em hẳn đã không phải luân hồi trong một thân xác người Mỹ. Ý em là rất khó thiền định và có một đời sống tâm linh ở Mỹ. Nếu làm thế mọi người sẽ nghĩ mình là thằng khùng. Bố em nghĩ em bị khùng, theo một cách nào đó. Còn mẹ em – chà, bà ấy không nghĩ việc em lúc nào cũng nghĩ đến Chúa lại tốt cho em. Bà nghĩ cái đó không tốt cho sức khỏe em."

Nicholson nhìn nó chăm chú. "Anh tin trong cuốn băng gần nhất em nói rằng em lần đầu có được trải nghiệm thần bí là vào năm sáu tuổi. Đúng vậy không?"

"Lúc sáu tuổi em nhận ra mọi thứ là Chúa, và tóc tai em cứ dựng đứng lên, kiểu thế," Teddy nói. "Em nhớ đấy là một ngày Chủ nhật. Em gái em lúc đó còn rất bé, đang

1. Tức Đại Phạm Thiên, Đấng Sáng Tạo trong Ấn Độ giáo.

uống sữa, rồi bất thình lình em nhận ra *nó* là Chúa và *sữa* là Chúa. Ý em là, thứ con bé đang làm chính là rót Chúa vào Chúa, nếu anh hiểu ý em."

Nicholson không nói gì.

"Nhưng em có thể thoát khỏi những chiều hữu hạn khá thường xuyên khi em bốn tuổi," Teddy nói sau khi ngẫm lại. "Không phải liên tục, nhưng khá thường xuyên."

Nicholson gật đầu. "Thật à?" anh hỏi. "Em có thể làm thế à?"

"Vâng," Teddy nói. "Cái đó cũng có trong băng mà... Hoặc có lẽ nó nằm trong cuốn băng em làm tháng Tư vừa rồi. Em không chắc nữa."

Nicholson lại rút gói thuốc lá ra, nhưng không rời mắt khỏi Teddy. "Làm thế nào người ta có thể thoát khỏi các chiều hữu hạn?" anh hỏi, bật một tiếng cười ngắn. "Ý anh là, để cho đơn giản nhé, một súc gỗ thì là một súc gỗ, chẳng hạn vậy. Nó có chiều dài, chiều rộng..."

"Nó không có. Anh nhầm chính là ở chỗ đấy," Teddy nói. "Mọi người chỉ *nghĩ* là sự vật cứ dừng mãi ở đâu đó. Không hề. Đấy là thứ em đang cố gắng nói với giáo sư Peet." Nó nhích người trên ghế và lấy ra một cái khăn mùi soa nom rất chướng – một thực thể chần bông, màu xám – và xì mũi. "Lý do sự vật *dường như* ở nguyên một chỗ là bởi đấy là cách duy nhất hầu hết mọi người biết dùng để nhìn vào sự vật," nó nói. "Nhưng thế không có nghĩa chúng đứng im." Nó cất cái khăn mùi soa đi, rồi nhìn Nicholson. "Anh giơ tay lên một giây, được không?" nó hỏi.

"Tay anh á? Tại sao?"

"Cứ làm đi. Một giây thôi."

Nicholson giơ cánh tay lên cách bệ tì ba bốn phân. "Tay này ấy hả?" anh hỏi.

Teddy gật đầu. "Anh gọi nó là gì?" nó hỏi.

"Ý em là sao? Đây là tay anh. Nó là một *cánh tay*."

"Làm thế nào anh biết nó là vậy?" Teddy hỏi. "Anh biết nó được gọi là một cánh tay, nhưng làm sao anh biết nó là như thế? Anh có bằng chứng nào cho thấy nó là một cánh tay không?"

Nicholson lấy một điếu thuốc ra khỏi túi và châm thuốc. "Thực lòng anh nghĩ đấy là một kiểu ngụy biện vào loại dở nhất," anh nói, nhả khói ra. "Nó là một cái tay, lạy trời, vì nó là một cái tay thôi. Trước tiên, nó phải có một cái tên để phân biệt nó khỏi những sự vật khác. Ý anh là em không thể đơn thuần..."

"Anh chỉ đang dùng logic thôi," Teddy điềm tĩnh nói với anh.

"Anh chỉ đang làm sao cơ?" Nicholson hỏi, hơi lịch sự thái quá.

"Logic. Anh chỉ đang cho em một câu trả lời logic thông thường," Teddy nói. "Em đang cố giúp anh. Anh hỏi em làm thế nào em ra khỏi các chiều hữu hạn khi nào em muốn. Khi em làm thế, chắc chắn em không dùng logic. Logic là thứ đầu tiên anh phải vứt bỏ."

Nicholson lấy ngón tay gỡ một mảnh thuốc lá dính trên lưỡi.

"Anh biết Adam không?" Teddy hỏi anh.

"Anh biết ai cơ?"

"Adam. Trong Kinh Thánh ấy."

Nicholson mỉm cười. "Biết nhưng không quen," anh nói cộc lốc.

Teddy ngập ngừng. "Đừng cáu với em," nó nói. "Anh hỏi em một câu, và em đang..."

"Anh không *cáu* với em đâu, trời ạ."

"Được rồi," Teddy nói. Nó ngồi lại lên ghế, nhưng đầu vẫn ngoảnh về phía Nicholson. "Anh biết quả táo Adam ăn ở vườn địa đàng chứ, được viết trong Kinh Thánh ấy?" nó hỏi. "Anh biết có cái gì trong quả táo đó không? Logic. Logic và các thứ trí năng. Đấy là tất cả những gì có trong nó. Thế nên – ý của em là đây – anh cần phải nôn được nó ra nếu anh muốn nhìn mọi thứ ở bản chất thực sự của chúng. Ý em là nếu anh nôn nó ra, anh sẽ không thấy rắc rối với những súc gỗ và các thứ nữa. Anh sẽ không thấy mọi thứ luôn luôn đứng *im* nữa. Và anh sẽ biết tay anh thực sự là cái gì, nếu anh quan tâm. Anh có hiểu ý em không? Anh có biết em nói gì không?"

"Anh hiểu," Nicholson nói, khá cụt.

"Vấn đề là," Teddy nói, "hầu hết mọi người không

muốn thấy mọi thứ đúng theo cách của chúng. Họ thậm chí không muốn dừng việc liên tục sinh ra và chết đi. Họ lúc nào cũng chỉ muốn thân xác mới, thay vì dừng bước và ở cùng Chúa, một nơi rất tuyệt." Nó ngẫm. "Em chưa bao giờ nhìn thấy một đám người nào cuồng ăn táo như vậy," nó nói. Nó lắc đầu.

Đến lúc ấy, một tiếp viên mặc đồ trắng đang đi phục vụ ở khu này dừng lại trước Teddy và Nicholson, rồi hỏi họ có muốn ăn xúp điểm tâm không. Nicholson không đáp lại câu hỏi ấy. Teddy nói, "Không, cảm ơn anh," và anh tiếp viên liền bỏ đi.

"Nếu em không muốn thảo luận cái đó thì cũng không sao," Nicholson đột ngột nói, khá cộc cằn. Anh búng tàn thuốc. "Nhưng có đúng hay không chuyện em bảo với nhóm Leidekker đấy – Walton, Peet, Larsen, nhà Samuel và những người khác – thời gian, địa điểm và cách họ sẽ chết? Có đúng là thế không? Em không phải thảo luận nó nếu em không muốn, nhưng cứ như người ta đồn thổi ở Boston thì..."

"Không, cái đó không đúng," Teddy nói, nhấn mạnh. "Em nói với họ địa điểm, và *thời điểm*, khi họ cần phải hết sức thận trọng. Và em bảo họ những thứ họ có lẽ nên *làm* theo... Nhưng em không có nói cái gì như *anh bảo*. Em không hề nói cái gì tất yếu kiểu đó." Nó lại lấy cái khăn mùi soa ra dùng. Nicholson đợi, quan sát nó. "Em cũng hoàn toàn không nói với giáo sư Peet cái gì như thế. Trước tiên, ông ấy không phải một trong những người đùa bỡn và hỏi em cả mớ câu hỏi đâu. Ý em là tất cả những gì em nói với giáo sư Peet chỉ là ông ấy không nên làm giáo viên nữa sau tháng Một – em chỉ nói có thế thôi." Ngả người ra ghế, Teddy im lặng một chốc. "Tất cả những giáo sư khác, họ gần như bắt em nói với họ những thứ ấy. Đấy là sau khi mọi người đã thực hiện xong cuộc phỏng vấn thu trong cái băng kia, và lúc đó đã muộn, bọn họ đều ngồi lại hút thuốc lá và trở nên hết sức đỏng đảnh."

"Nhưng em không nói với Walton, hay Larsen, kiểu, họ sẽ chết khi nào, ở đâu, hay như thế nào à?" Nicholson hỏi dồn.

"*Không*. Em không làm thế," Teddy nói như đinh đóng cột. "Em không kể với họ *bất cứ* cái gì như vậy, nhưng họ cứ *nói* mãi về nó. Giáo sư Walton là người bắt đầu. Ông ấy nói ông ấy thực sự muốn biết khi nào mình chết, vì như thế ông ấy sẽ biết mình nên làm gì và không nên làm gì, biết phải sử dụng thời gian thế nào cho hiệu quả nhất, và những thứ tương tự. Rồi họ đều nói... Thế nên em nói cho họ chút xíu."

Nicholson không nói gì.

"Cơ mà em không kể với họ khi nào họ sẽ chết. Đấy là lời đồn rất sai," Teddy nói. "Em *có thể*, nhưng em biết trong thâm tâm họ không hề muốn biết. Ý em là em biết mặc dù họ dạy tôn giáo, triết học các kiểu, thì họ vẫn rất sợ chết." Teddy ngồi, hoặc đúng hơn là tựa người, trong im lặng độ một phút. "Thật quá ngớ ngẩn," nó nói. "Lúc chết thì người ta chỉ là rời khỏi thể xác thôi mà. Trời ạ, mọi người làm điều đó đến cả nghìn lần. Chỉ vì người ta không nhớ không có nghĩa họ chưa từng làm thế. Thật là quá ngớ ngẩn."

"Cũng có thể. Cũng có thể," Nicholson nói. "Nhưng sự thật logic vẫn cứ là bất kể thông tuệ đến đâu..."

"Thật là ngớ ngẩn," Teddy lại nói. "Chẳng hạn, năm phút nữa em sẽ đi học bơi. Em có thể đi cầu thang xuống bể bơi, rồi thấy chẳng có chút nước nào ở đó. Có thể hôm nay là ngày người ta thay nước hoặc chi đó. Nhưng rồi có thể xảy ra chuyện em đi tới thành bể bơi để ngó xuống đáy chẳng hạn, thế rồi em gái em chạy tới đẩy em xuống. Em có thể nứt sọ và chết ngay." Teddy nhìn Nicholson. "Chuyện đó có thể xảy ra," nó nói. "Em gái em mới chỉ sáu tuổi, và nó chưa có nhiều kiếp làm người, nó lại không ưa em cho lắm. Chuyện đó hoàn toàn có thể xảy ra. Nhưng cái đó thì có gì bi thảm cơ chứ? Ý em là có gì mà phải sợ? Em sẽ chỉ làm điều em phải làm, thế thôi, đúng không?"

Nicholson hơi khịt mũi. "Có thể từ góc độ của em đấy không phải một bi kịch, nhưng chắc chắn đấy sẽ là một sự kiện buồn thảm với bố mẹ em," anh nói. "Đã nghĩ đến chuyện đó chưa?"

"Rồi, tất nhiên là rồi," Teddy nói. "Nhưng đấy chỉ là bởi họ gán tên và cảm xúc cho mọi thứ xảy ra thôi." Nó vẫn nhét bàn tay vào dưới chân. Giờ nó rút tay ra, đặt tay lên bệ tì rồi nhìn Nicholson. "Anh biết Sven không? Cái người trông coi phòng tập ấy?" nó hỏi. Nó đợi đến khi Nicholson gật đầu. "Chà, nếu đêm nay Sven mơ thấy con chó của anh ấy chết, thì anh ấy sẽ có một giấc ngủ đêm rất, rất tồi tệ, bởi anh ấy rất yêu con chó đó. Nhưng khi anh ấy tỉnh dậy buổi sáng, mọi thứ sẽ ổn. Anh ấy biết đấy chỉ là một giấc mơ mà thôi."

Nicholson gật đầu. "Ý của em là gì?"

"Ý của em là nếu chó của anh ấy thực sự chết, thì cũng đâu có khác gì. Chỉ có điều anh ấy không biết điều đó thôi. Ý em là anh ấy sẽ không tỉnh dậy đến khi nào chính anh ấy chết."

Nicholson, vẻ thờ ơ, đang dùng tay phải để mát xa chậm và khoan khoái phần gáy của mình. Tay trái anh, bất động trên bệ tì, với một điếu thuốc mới chưa châm kẹp giữa mấy ngón tay, trông trắng nhởn và thiếu sức sống đến quái đản trong ánh mặt trời rực rỡ.

Teddy đột ngột đứng dậy. "Em e là mình thực sự phải đi đây," nó nói. Nó lại ngập ngừng ngồi xuống phần chân ghế kéo ra được, đối mặt Nicholson, rồi tự sơ vin. "Chắc em có khoảng một phút rưỡi để tới lớp học bơi," nó nói. "Phải xuống chỗ boong E."

"Anh có thể hỏi tại sao em bảo giáo sư Peet là ông ấy nên ngừng dạy học sau tháng Một không?" Nicholson hỏi, hơi thô lỗ. "Anh biết Bob Peet. Nên anh mới hỏi vậy."

Teddy siết lại cái dây lưng bằng da cá sấu. "Chỉ vì ông ấy khá là tâm linh, và ông ấy giờ đang dạy rất nhiều thứ rất không tốt cho ông ấy, nếu ông ấy muốn có một bước tiến tâm linh thực sự. Chúng kích động ông ấy quá. Đã đến lúc ông ấy loại tất cả *ra khỏi* đầu thay vì cứ chất thêm *vào*. Ông ấy có thể thoát được rất nhiều táo chỉ trong kiếp này, nếu ông ấy muốn. Ông ấy giỏi thiền định lắm." Teddy đứng dậy. "Em phải đi đây. Em không muốn bị muộn quá."

Nicholson ngước nhìn nó, rồi cứ nhìn như thế mà giữ thằng bé lại. "Em sẽ làm gì nếu em có thể thay đổi hệ thống giáo dục?" anh hỏi đầy mơ hồ. "Đã bao giờ nghĩ đến chuyện đó chưa?"

"Em thực sự phải đi," Teddy nói.

"Chỉ trả lời câu hỏi đó nữa thôi," Nicholson nói. "Thực sự giáo dục là tình yêu của anh – đấy là thứ anh dạy. Nên anh mới hỏi."

"Chà... em cũng không quá chắc mình sẽ làm gì," Teddy nói. "Em chỉ biết chắc chắn em sẽ không bắt đầu từ những chỗ trường lớp ở ta vẫn bắt đầu." Nó khoanh tay, rồi ngẫm nghĩ một thoáng. "Em nghĩ đầu tiên em sẽ tập hợp tất cả trẻ con lại, chỉ cho chúng cách thiền định. Em sẽ cố chỉ cho chúng cách tìm ra *chính mình*, không phải chỉ có tên chúng hay mấy thứ tương tự... Thậm chí trước đó, em đoán là em sẽ bắt chúng trút bỏ mọi thứ mà bố mẹ và mọi người từng nói với chúng. Ý em là ngay cả khi bố mẹ chúng bảo chúng một con voi thì to, em cũng sẽ bắt chúng tống khứ *cái đó*. Một con voi chỉ to khi nó đặt cạnh một thứ khác – một con chó hoặc một bà cô, chẳng hạn." Teddy nghĩ thêm một lát. "Em thậm chí sẽ chẳng bảo chúng con voi có vòi nữa. Em có thể cho chúng *xem* một con voi, nếu em có một con, nhưng em sẽ để chúng đi tới chỗ con voi mà không biết gì về con voi nhiều hơn con voi biết về *chúng*. Em sẽ làm tương tự với cỏ cây, với những thứ khác. Em thậm chí sẽ không bảo chúng cỏ thì xanh. Màu sắc chỉ là tên. Ý em là nếu anh bảo chúng cỏ thì xanh, thế thì chúng sẽ bắt đầu kỳ vọng cỏ nom theo một cách nhất định – cách *của anh* – thay vì những cách khác cũng tốt chẳng kém, có khi còn tốt hơn... Em không biết nữa. Em sẽ bắt chúng phải nôn ra từng mẩu táo mà bố mẹ và mọi người đã bắt chúng ăn."

"Chẳng lẽ không có nguy cơ em sẽ nuôi dưỡng một thế hệ toàn những người ngu dốt à?"

"Tại sao chứ? Chúng sẽ không ngu dốt hơn một con voi. Hoặc một con chim. Hoặc một cái cây," Teddy nói. "Chỉ vì một thứ tồn tại *theo* cách này thay vì theo một cách khác, không có nghĩa đấy là thứ ngu dốt."

"Không ư?"

"Không!" Teddy nói. "Với lại, nếu người ta muốn học tất cả những thứ khác – tên này, màu này, mọi thứ – thì họ cứ làm, nếu muốn, khi họ lớn lên. Nhưng em những muốn người ta *bắt đầu* với tất cả những cách nhìn sự vật đúng – đấy là thứ em muốn nói." Nó tiến đến gần Nicholson, rồi chìa tay xuống với anh. "Em phải đi đây. Thật đấy. Em rất thích..."

"Một giây nữa thôi... ngồi xuống đã," Nicholson nói. "Đã bao giờ nghĩ em có thể làm công việc nghiên cứu khi lớn lên chưa? Nghiên cứu y chẳng hạn, hoặc cái gì tương tự? Anh thấy với đầu óc như em, thì có thể em sẽ..."

Teddy trả lời nhưng không ngồi xuống. "Em từng nghĩ về cái đó, đôi năm trước," nó nói. "Em đã nói chuyện với một vài bác sĩ." Nó lắc đầu. "Em không hứng thú với cái đó lắm. Bác sĩ bám chắc vào bề mặt quá. Họ toàn nói về mấy cái tế bào các kiểu."

"Ô? Em không nghĩ cấu trúc tế bào thì quan trọng à?"

"À, vâng, quan trọng chứ. Nhưng các bác sĩ nói về tế bào như thể tự chúng có tầm quan trọng vô hạn đến vậy. Như thể chúng không thực sự thuộc về cái người sở hữu chúng." Teddy lấy một tay vuốt lại mớ tóc trán. "Em nuôi lớn cơ thể chính mình," nó nói. "Không ai làm việc đó thay em. Thế nên nếu em đã nuôi lớn nó, thì chắc chắn là em biết *cách* nuôi lớn nó. Ít nhất là vô thức. Có thể em đã mất đi tri thức *cụ thể* về cách nuôi dưỡng nó vào thời điểm nào đó trong vài trăm ngàn năm vừa qua, nhưng tri thức ấy vẫn *còn đó*, bởi – quá hiển nhiên – em vẫn đang sử dụng tri thức ấy đây... Sẽ mất kha khá công thiền định và dọn dẹp để lấy lại được toàn bộ – ý em là cái tri thức cụ thể ấy – nhưng nếu muốn thì ta có thể làm được. Nếu ta đủ cởi mở." Nó đột nhiên với tay xuống cầm lên bàn tay phải của Nicholson từ bệ tì. Nó bắt tay đúng một nhát, thật thân ái, rồi nói, "Tạm biệt. Em phải đi đây." Và lần này, Nicholson không thể ngăn được thằng bé nữa, nó đi rất nhanh qua lối đi.

Nicholson ngồi bất động vài phút sau khi nó đi, hai bàn tay tựa lên bệ tì của cái ghế, điếu thuốc chưa châm vẫn kẹp giữa các ngón bàn tay trái. Cuối cùng, anh nhấc bàn tay phải lên và dùng nó, như thể để kiểm tra xem cổ áo của anh còn mở không. Rồi anh châm điếu thuốc và lại ngồi im lặng.

Anh hút điếu thuốc đến tận đầu lọc, rồi đột ngột vắt một chân qua bên ghế, giẫm lên điếu thuốc, đứng dậy rồi đi dọc lối đi, khá nhanh.

Dùng cầu thang đầu tàu, anh đi khá hối hả xuống boong dạo mát. Không dừng ở đó, anh đi tiếp xuống, vẫn khá nhanh, tới boong Chính. Rồi tới boong A. Rồi tới boong B. Rồi tới boong C. Rồi tới boong D.

Ở boong D là hết cầu thang đầu tàu, Nicholson đứng lại một thoáng, rõ là đang mất phương hướng. Tuy nhiên, anh nhìn thấy ai đó dường như có thể chỉ đường cho anh. Ở giữa hành lang, một cô tiếp viên đang ngồi trên một cái ghế bên ngoài lối vào bếp, đương đọc báo hút thuốc. Nicholson tới chỗ cô, nhờ cô chỉ đường, cảm ơn, rồi đi thêm vài bước về phía đầu tàu và mở một cánh cửa kim loại nặng nề có viết: LỐI VÀO BỂ BƠI. Nó mở ra một cầu thang hẹp, không trải thảm.

Anh đi xuống được nửa chừng cầu thang thì nghe thấy một tiếng hét chói tai kéo dài – chắc chắn là của một bé gái. Nghe rất rõ, như thể nó được dội lại giữa bốn bức tường ốp gạch.

CHÍN TRUYỆN NGẮN

Chịu trách nhiệm xuất bản
GIÁM ĐỐC - TỔNG BIÊN TẬP
NGUYỄN QUANG THIỀU

Biên tập	Đào Quốc Minh
Biên tập viên Nhã Nam	Trương Trung Tín
Thiết kế bìa	Kỳ Nam
Trình bày	Hồng Tươi
Sửa bản in	Ngân Lê

NHÀ XUẤT BẢN HỘI NHÀ VĂN
65 Nguyễn Du - Hà Nội
Tel & Fax: 024.38222135
E-mail: nxbhoinhavan65@gmail.com
https://nxbhoinhavan.vn
Chi nhánh miền Nam
371/16 Hai Bà Trưng - Q3 - TP. HCM
Tel & Fax: 028.38297915
Email: nxbhnv.saigon@gmail.com
Chi nhánh miền Trung và Tây Nguyên
65 Nguyễn Thị Định - Thành phố Đà Nẵng
Tel: 023.63849516
Email: nxbhnv.mientrungtaynguyen@gmail.com

LIÊN KẾT XUẤT BẢN VÀ PHÁT HÀNH

CÔNG TY VĂN HÓA & TRUYỀN THÔNG NHÃ NAM
59 Đỗ Quang, Trung Hòa, Cầu Giấy, Hà Nội
Điện thoại: 024 35146875 | Fax: 024 35146965
Website: www.nhanam.vn
Email: info@nhanam.vn
http://www.facebook.com/nhanampublishing
Chi nhánh tại TP Hồ Chí Minh
185 Hoa Lan, Phường 2, Quận Phú Nhuận, Thành phố Hồ Chí Minh
Điện thoại: 028 38479853 | Fax: 028 38443034
Email: kinhdoanhsg@nhanam.vn

In 3.000 cuốn, khổ 14x20.5cm tại Công ty CP In Viễn Đông (km 19+400, Giai Phạm, Yên Mỹ, Hưng Yên). Căn cứ trên số đăng ký xuất bản: 77-2024/CXBIPH/20-02/HNV và quyết định xuất bản số 64/QĐ-NXBHNV của Nhà xuất bản Hội Nhà Văn ngày 30.01.2024. Mã ISBN 978-604-9959-06-6. In xong và nộp lưu chiểu năm 2024.